புவி வெப்பமாவதைத் தடுப்போம்

ஜெகாதா

சத்யா

Title
Puvi Veppam avathai Thadupom
Jakatha

ISBN: 978-93-6666-574-0
Title Code : Sathyaa - 123

நூல் தலைப்பு
புவி வெப்பமாவதைத் தடுப்போம்

நூல் ஆசிரியர்
ஜெகாதா

முதற்பதிப்பு
டிசம்பர் 2024

விலை : ₹ 80

பக்கம் : 62

Printed in India

Published by
Sathyaa Enterprises
No.134, First Floor,
Choolaimedu high road, Choolaimedu,
Chennai - 600 094.
044 - 4507 4203

Email
sathyaabooks@gmail.com

உள்ளே...

1. காலநிலை பருவமாற்ற விழிப்புணர்வு போராளிகள் — 4
2. புவி வெப்பமயமாதல் — 14
3. பாரிஸ் பருவநிலை ஒப்பந்தம் — 23
4. புவி வெப்பமயமாதலுக்கு எதிரான போர் — 26
5. இயற்கை ஒரு போதும் தவறு செய்வதில்லை — 29
6. சுற்றுச்சூழல் அறிவுடையோருக்கு மட்டுமே அல்ல! — 31
7. சோலைக்காடுகள் அழிவு எதிர்த்து போர்க்குரல்! — 34
8. பருவநிலை மாற்றத்தால் பாதிக்கப்படும் நாடுகள் — 40
9. மீத்தேனை உற்பத்தி செய்யுங்கள் — 46
10. சூறைபோகும் கனிமவளம் — 54
11. பசுமையான கிராமங்களை நோக்கி... — 58

1. காலநிலை பருவமாற்ற விழிப்புணர்வு போராளிகள்

"**த**ட்ப வெப்ப இயக்கத்தில் சேருவதற்கான எனது உந்துதல் விவசாயிகளான என் தாத்தா பாட்டி பருவநிலை நெருக்கடியின் விளைவுகளுடன் போராடுவதைப் பார்த்ததில் இருந்து வந்தது.

அதே நேரத்தில் அவர்கள் அனுபவித்தது காலநிலை நெருக்கடி என்பதை நான் அறிந்திருக்கவில்லை. ஏனென்றால் நான் எங்கிருந்து வந்தாலும் காலநிலை கல்வி இல்லை" என்று கூறும் திசாரவி இந்தியாவின் பருவநிலை மாற்றம் குறித்து போராடி வரும் சுற்றுச் சூழல் போராளியாவார்.

கிரெட்டா துன்பெர்க் மற்றும் 2020-2021 இந்திய விவசாயிகள் போராட்டங்கள் தொடர்பான இணையதள கருவித் தொகுப்பில் ஈடுபட்டதாகக் கூறி குற்றம் சாட்டப்பட்டு 2021 பிப்ரவரி 13 அன்று கைது செய்யப்பட்டதன் மூலம் சர்வதேச கவனத்தை ஈர்த்த போராளியாக திசாரவி கருதப்படுகிறார்.

அமைதியின்மை மற்றும் தேசத்துரோகத்தை தூண்டியது ஆகிய குற்றச்சாட்டுகளில் இவர் கைது செய்யப்பட்டார். இந்தக் கைது இந்தியாவிலும் சர்வதேச அளவிலும் பரவலாக விமர்சிக்கப்பட்டது.

சுற்றுச்சூழல் நீதியை ஊக்குவிப்பதிலும் கடுமையான சுற்றுச் சூழல் கவலைகள் குறித்து மக்களுக்கு விழிப்புணர்வு ஏற்படுத்து வதிலும் திஷா ரவியின் முயற்சிகள் தேசிய அளவிலும் உலக அளவிலும் அங்கீகரிக்கப்பட்டுள்ளன.

செப்டம்பர் 2020ல் பிரிட்டிஷ் வோக் பத்திரிகை நான்கு உல களாவிய சுற்றுச்சூழல் ஆர்வலர்களின் சுய விபரங்களைக் கொண்ட ஒரு கட்டுரையை வெளியிட்டது. அவர்களின் திஷா ரவியும் ஒருவர் என்பது குறிப்பிடத்தக்கது.

பிப்ரவரி 15, 2021ல் 'தி நியூ இந்தியன் எக்ஸ்பிரஸ், அவர்களின் கட்டுரை ஒன்றில் 'பெங்களூரின் கிரேட்டா' என்று குறிப்பிட்டது உலகெங்கிலும் உள்ள முக்கிய நிறுவனங்களால் அவரது பணி பாராட்டப்பட்ட நிகழ்வுகள் உள்ளன.'

கர்நாடகாவில் பெங்களூருவில் பிறந்து வளர்ந்தவர் திஷா ரவி. தனது வாழ்க்கையின் துவக்க காலத்திலேயே பருவநிலை, வெப்ப தட்ப செயல் பிரிவின் மீது அக்கறை கொண்டவராக இருந்தார்.

1998ல் பிறந்த இவர் முழுப்பெயர் திஷா அன்னப்ப ரவி. கர்நாடகா வில் பெங்களூருவில் சோல தேவனஹள்ளியில் பிறந்த இவர், மவுண்ட் கார்மல் கல்லூரியில் பி.பி.ஏ படித்துக் கொண்டிருந்தவர். இவருடைய தந்தை ரவி அன்னப்பா தடகள பயிற்சியாளர். தாய் மஞ்சுளா நஞ்சய்யா குடும்பத்தை நிர்வாகம் செய்து வந்தார்.

'டூல்கிட்' எனப்படும் சர்ச்சைக்குரிய ஆவணத்தை எடிட் செய்து பகிர்ந்து கொண்டதற்காக திஷா ரவி 2021ல் டெல்லி காவல் துறை யால் கைது செய்யப்பட்டார். பின்னர் இதையடுத்து அவர் மீது தேச துரோகம், கிரிமினல், சதி உள்ளிட்ட பல்வேறு கடுமையான குற்றச் சாட்டுகள் சுமத்தப்பட்டன.

திஷா ரவி ஒரு இளம் இயற்கை ஆர்வலர் மட்டுமல்ல, ஃபிரைடேஸ் ஃபார் ஃபியூச்சர் (ய்ய்ய்) இந்தியாவின் நிறுவன உறுப்பினராவார்.

இந்த அமைப்பு 2018ல் ஸ்வீடிஷ் காலநிலை ஆர்வலர் கிரேட்டா துன்பர்க் அவர்களால் துவங்கப்பட்ட காலநிலை பாதுகாப்பு பிரச்சாரத்தின் இந்திய விரிவாக்கமாகும்.

டெல்லி காவல்துறை இவரை தேசத் துரோகத்தின் கீழ் கைது செய்த பின்னர் அவர் உலகளாவிய விளம்பரத்தைப் பெற்றுள்ளார்.

திசாரவி தேவைப்படும் சமூகங்களுக்கு குரல் கொடுப்பதில் கவனம் செலுத்தி வந்தார். சர்வதேச இளைஞர் காலநிலை ஆர்வலர்களுக்கான பல தலையங்கங்கள் மற்றும் கட்டுரைகளின் ஆசிரியராகவும் உள்ளார். அவர் செப்டம்பர் 2020ல் பிரித்தானிய வோக் பத்திரிகை சுய விபரத்தில் சுற்றுச்சூழல் இனவெறிக்கு எதிராக வேலை செய்தார் என்று குறிப்பிட்டிருந்தது.

'நாங்கள் காலநிலை நெருக்கடியில் வாழ்வதால் நான் வேலை நிறுத்தம் செய்கிறேன். அதற்கான காரணமாக, பலத்தமழை மற்றும் அரசாங்கங்கள் எடுத்த பற்றாக் குறையான நடவடிக்கைகள் காரணமாக, குறிப்பாக இந்தியாவில் வெள்ளம் காரணமாக இலட்சக்கணக்கான மக்கள் இடம் பெயர்ந்துள்ளனர். கடந்த வாரம் எனது வீடு வெள்ளத்தில் மூழ்கியது' என்று 'தி கார்டியன்' ஊடகத்திற்கு விளக்கினார் திஷா ரவி.

'நாங்கள் எதிர்காலத்திற்கு மட்டும் போராடவில்லை. நிகழ்காலத்திற்காகப் போராடுகிறோம். அரசாங்கத்தின் உதவியாளனாக அல்லது மிகவும் பாதிக்கப்பட்ட மக்களான நாங்கள் காலநிலைப் பேச்சுவார்த்தைகளில் மக்களுக்கு பயனளிக்கும் ஒரு நியாயமான மீட்புத் திட்டத்தை வழிநடத்தப் போகிறோம்' என்று கூறினார்.

மேலும் அவர் கூறும்போது, 'ஃப்ரைடே ஃபார் ஃபியுச்சர்' என்பது நற்றை இலக்கு கொண்டதாக இல்லை. முன்னதாக காலநிலை அவசர நிலையை அறிவிப்பதே எங்கள் குறிக்கோளாக இருந்தது.

காலநிலை அவசர நிலையை அறிவித்த நாடுகள் அதனை சரி செய்ய செயல்படவில்லை. அப்போது தான் நாங்கள் காலநிலை நீதியை விரும்புகிறோம் என்பதை முடிவு செய்தோம்.

எங்களிடம் குறிப்பிட்ட கோரிக்கைகள் இல்லை. ஒவ்வொரு நாடுகளுக்கும் ஏற்றவாறு நாங்கள் கோரிக்கையினை வைக்க முயற்சிக்கிறோம் என்றார்.

ஜெனரல் இசட் காலநிலை ஆர்வலர்கள் பற்றிய புத்தகத்திற்காக 2020ம் ஆண்டு அமெரிக்க எழுத்தாளர் கெய்ல் இம்பாலுக்கு அளித்த பேட்டியில் திசாரவி கூறும்போது, ‘இந்திய சுதந்திரப் போராட்டம் அமைதியான போராட்டமாக வேரூன்றியதிலிருந்தே இந்தியாவில் போராட்டங்கள் வாழ்க்கையின் ஒரு பகுதியாக அமைந்துள்ளது.

மனிதாபிமான பிரச்சனைகள் மீது நிறைய போராட்டங்கள் இந்திய சமூகத்தில் மிகவும் வேரூன்றியுள்ளன. சமீபத்திய நாட்களில் சமூக ஊடகங்கள் இதற்கு உதவியுள்ளன’ என்று கூறினார்.

இருபத்திரண்டு வயதான திஷா ரவி, ஸ்வீடிஷ் காலநிலை ஆர்வலர் கிரேட்டா துன்பெர்க்கால் தொடங்கப்பட்ட ஒரு இயக்கமான ஃப்ரைமேஸ் ஃபார்ஃபியூச்சருடன் இணைந்து தன்னார்வத் தொண்டு செய்து வரும் போராளியாவார்.

2018ம் ஆண்டு கிரேட்டா துன்பெர்க் உலகையே ஆட்டிப் படைத்த ஸ்வீடிஷ் காலநிலை மாற்ற ஆர்வலராக இயங்கத் தொடங்கிய ஆண்டாகும். ‘எதிர்காலத்திற்கான வெள்ளிக்கிழமைகள்’ எனும் இயக்கத்தை காலநிலை நீதிக்கான உலகளாவிய மக்கள் இயக்கம் என்று பிரகடனப்படுத்தினார்.

நாம் நிலையாக வளரும் விகிதத்தை விட திடீர் வெள்ளம் மற்றும் வெப்ப அலைகள் அதிகச் சேதத்தை ஏற்படுத்துகின்றன.

காலநிலை அவசர நிலை பிரகடனத்திற்கு முதலில் தேசிய அரசாங்கம் இந்த தற்போதைய காலநிலை நெருக்கடிக்கு தீர்வு காண வேண்டும் என்று இந்த அமைப்பு கோரிக்கை விடுத்தது.

இந்தியாவில் பெங்களூருவில் உள்ள மவுன்ட் கார்மல் கல்லூரியில் கல்லூரி மாணவியான திஷா ரவி, ஊடகத்திற்கு தெரிவித்தது போல அவர் வெள்ளிக்கிழமைகளை ஃபியூச்சர் இந்தியாவுக்காகத் தொடங்கினார். ஒவ்வொரு வெள்ளிக்கிழமையும் நகரின் வெவ்வேறு பகுதிகளில் வேலை நிறுத்தங்களை ஒருங்கிணைத்தார்.

இந்தியாவைச் சூழ்ந்துள்ள சுற்றுச்சூழல் நெருக்கடி குறித்து எச்சரிக்கை மணியை ஒலிக்கும் இளம் போராளியாக திஷா ரவியை உலகம் முழுவதும் அடையாளம் கண்டு கொண்டுள்ளது.

‘நாங்கள் கருத்து வேறுபாடுகள் ஒடுக்கப்பட்ட நாட்டில் வாழ்கிறோம்’ என்று திஷா ரவி ஆட்டோ ரிப்போர்ட் ஆப்பிரிக்கா வுக்கு பேட்டியின் போது கூறினார்.

‘எதிர்கால இந்தியாவுக்காக வெள்ளிக்கிழமைகளில் நாங்கள் வரைவு இஎல்ஏ அறிவிப்பை எதிர்த்ததற்காக பயங்கரவாதிகள் என்று முத்திரை குத்தப்பட்டோம்.

மக்கள் மீது லாபம் பார்க்கும் அரசாங்கம் மட்டுமே சுத்தமான காற்று, சுத்தமான நீர் மற்றும் வாழக்கூடிய கிரகம் ஆகியவற்றைக் கேட்பதை பயங்கரவாதச் செயலாகக் கருதும்’ என்றார்.

வேலை நிறுத்தங்களை ஏற்பாடு செய்வது வழக்கமான அம்சமாக இருந்த போதிலும் வெள்ளிக்கிழமைகளுக்கான ஃபியூச்சர் இந்தியா என்ற புதிய வரைவு சுற்றுச்சூழல் தாக்க மதிப்பீடு 2020 குறித்து விழிப்புணர்வை ஏற்படுத்துவதற்காக பிரச்சாரம் நடத்தப்பட்டது.

சுற்றுச்சூழல் ஆர்வலர்கள், அரசாங்கம் அவசர அவசரமாக பாது காப்புகளை குறைத்து விட்டதாகக் கூறி வரைவுச் சட்டத்தை முன் வைப்பதாகக் குற்றம் சாட்டினர்.

தேச துரோக சதியின் அடையாளமாகக் குறிப்பிடப்பட்ட கிரெட்டா துன்பெர்க்கின் டூல்கிட் (கருவித் தொகுப்பு) உண்மையில் எத்தனை உள்ளடக்கமாகக் கொண்டது என்பதில் வேறுபட்ட கருத்துகள் நிலவுகின்றன.

இது சமூகநீதிப் பிரச்சாரர்களால் பிரச்சனைகளைப் பற்றிய விழிப்புணர்வை ஏற்படுத்தவும், தொடர்வதற்கான உத்திகளைப் பரிந்துரைக்கவும் பயன்படுத்தும் வழக்கமானதொரு ஆவணமே யாகும்.

இந்தியாவில் விவசாயிகள் போராட்டங்களுக்கு ஆதரவை வெளிப் படுத்தும் தனது செய்திகளில் காலநிலைமாற்ற பிரச்சாரகர் கிரேட்டா துன்பெர்க் ட்டுட் செய்த கருவித் தொகுப்பை (டூல்கிட்) உருவாக்கியவர்களுக்கு எதிராக டெல்லி காவல்துறை முதல் தகவல் அறிக்கையை பதவி செய்தது.

குடியரசுத் தினத்தன்று டெல்லியில் டிராக்டர் பேரணியில் பங்கேற்றவர்களில் ஒரு பிரிவினர் திட்டமிட்ட வழியை விட்டு விலகி செங்கோட்டைக்குள் நுழைந்தபோது வன்முறையில் விளை வித்த சதிச் செயலுக்கு இது ஆதாரம் என்று போலீசார் தெரிவித்தனர்.

ஒரு கருவித் தொகுப்பு என்பது ஒரு காரணத்தை அல்லது சிக்கலை விளக்குவதற்காக உருவாக்கப்பட்ட ஒரு சிறு புத்தகம் அல்லது ஆவணம் ஆகும். அடிமட்டத்தில் இருந்து பிரச்சனையை தீர்ப்பதற் கான அணுகுமுறைகளை இது அடையாளம் காட்டுகிறது.

மூன்று புதிய விவசாயச் சட்டங்களுக்கு எதிராக விவசாயிகள் நடத்திய போராட்டத்தை சீர்குலைக்கும் முயற்சியில் ஹரியானா வின் பல பகுதிகளில் விதிக்கப்பட்ட இணைய வெட்டுக்கள் குறித்து பார்படாஸில் பிறந்த பாட் நட்சத்திரம் ரிஹானா ட்டூட் செய்த சிறிது நேரத்திலேயே போராட்டங்களுக்கு ஆதரவு தெரிவிக்கும் வகையில் கிரேட்டா துன்பெர்க்கின் செய்தி வந்தது. பல சர்வதேச பிரபலங்கள் இந்த கோரஸில் இணைந்தனர். பல சிறந்த கூடைப் பந்து வீரர்கள்.

கிரேட்டா துன்பெர்க் ஆல் ட்வீட் செய்யப்பட்ட ‘கருவித் தொகுப்பு’ இந்தியாவில் நடந்து வரும் விவசாயிகள் போராட்டங்களைப் பற்றி அறிமுகமில்லாத எவரும் நிலைமையை நன்கு புரிந்து கொள்வ தற்கும், அவர்களின் சொந்த பகுப்பாய்வின் அடிப்படையில் விவசாயிகளுக்கு எவ்வாறு ஆதரவளிப்பது என்பது குறித்து முடிவெடுப்பதற்கும் இது உதவும் என்று விளக்குகிறது.

விவசாயிகள் ஏன் எதிர்ப்பு தெரிவிக்கிறார்கள் என்பதை சுருக்கமாக விளக்குகிறது.

‘தன்னம்பிக்கை மற்றும் வளமானதாக ஆவதற்கு ஆதரவளிக்கப்படுவ தற்குப் பதிலாக பெரும்பான்மையான விவசாயிகள் பெரு நிறுவனங்கள் மற்றும் சர்வதேச நிறுவனங்களின் கட்டுப்பாட்டிற்கு அதிகளவில் உட்படுத்தப்படுகிறார்கள்.’

இது ஒரு நாடு மற்றும் அதன் ஒடுக்கப்பட்ட மக்களைப் பற்றியது மட்டுமல்ல; உலகெங்கிலும் உள்ள மக்களுக்கான பாதுகாப்பு பற்றியதே!

டூல்கிட் வழக்கில் சிறைக்குச் செல்வதற்கு முன் திஷா ரவி பெங்களூரைச் சேர்ந்த குட்னமல்க் என்ற உணவு நிறுவனத்தில் சமையல் மேலாளராக பணிபுரிந்து வந்தார்.

பால் மற்றும் அசைவ உணவுப் பொருள்களுக்கு மாற்றாக தாவர உணவுப் பொருட்களை தயாரிப்பதில் ஈடுபட்டுள்ளார்.

காலநிலை பருவமாற்றம் குறித்த விழிப்புணர்வை பரப்பியதோடு தூய்மை இயக்கங்களை நடத்துதல், மரங்களை நடுதல் போன்ற சுற்றுச்சூழலுடன் தொடர்புடைய பல சமூக நடவடிக்கைகளுக்கும் திஷா ரவி தன்னார்வத் தொண்டு செய்து வருகிறார்.

பிப்ரவரி 3, 2021 அன்று ஸ்வீடிஷ் சுற்றுச்சூழல் ஆர்வலர் கிரேட்டா துன்பெர்க், செப்டம்பர் 2020ல் இந்திய அரசாங்கம் இயற்றிய மூன்று விவசாயச் சட்டங்களுக்கு எதிராக நடக்கும் இந்திய விவசாயிகளின் போராட்டத்திற்கு ஆதரவைத் திரட்டும் நோக்கத்துடன் ஒரு ஆவணத்தை ட்வீட் செய்தார்.

கிரேட்டா பகிர்ந்த கருவிகள் இந்தியாவிற்கு எதிரான சர்வதேச சதியின் ஒரு பகுதியாகும். இந்தியாவில் உள்ள சில ஆர்வலர்களின் உதவியுடன் காலிஸ்தானி சார்பு அமைப்புகளான ‘சீக்ஸ் ஃபார் ஜஸ்டிஸ் ஃபவுண்டேஷன்’ ஆகியவற்றால் இந்த டூல்கிட் உருவாக்கப்பட்டது என்று டெல்லி காவல்துறை கூறியது.

அதைத் தொடர்ந்து ஐபிசி பிரிவுகள் 124(எ) (தேச துரோகத்திற்காக) 153 (எ) (மதம், இனம் பிறந்த இடம், இருப்பிடம், மொழி ஆகிய வற்றின் அடிப்படையில் வெவ்வேறு குழுக்களிடையே பகைமையை ஊக்குவித்ததற்காக) மற்றும் 120 (பி) (குற்றச் சதிக்காக) ஆகிய பிரிவு களின் கீழ் வழக்கு பதிவு செய்யப்பட்டது.

13, பிப்ரவரி 2021 அன்று டெல்லி காவல்துறையின் சைபர் செல் குழு, திஷா ரவியை டூல்கிட் வழக்கில் விசாரிப்பதற்காக வடக்கு பெங்களூரில் உள்ள அவரது இல்லத்திலிருந்து கைது செய்தது.

பின்னர், இந்த வழக்கில் தாக்கல் செய்யப்பட்ட எப் ஐ ஆரில் அவரது பெயர் சேர்க்கப்பட்டது. டூல்கிட் வழக்கில் கைது செய்யப்பட்ட முதல் பெண் இவரே.

எப் ஐ ஆரின் படி சமூக ஊடக கண்காணிப்பின் போது திஷாரவியின் கூட்டாளியான நிகிதா ஜேக்கப்ஜும் அமைப்பில் கலந்து கொண்டதும், தடைசெய்யப்பட்ட காலிஸ்தானி சார்பு அமைப்பான 'சீகஸ் ஃபார் ஜஸ்டிஸின்' சிலரும் கலந்து கொண்டதும் கண்டறியப்பட்டதாக போலீசார் தெரிவித்தனர்.

போலீஸாரிடம் நடத்திய விசாரணையில் சர்ச்சைக்குரிய டூல்கிட்டில் இரண்டு வரிகளைத் திருத்தியதை திஷா ரவி ஒப்புக் கொண்டார்.

இருப்பினும் விவசாயிகளின் போராட்டத்திற்கு உலகளாவிய ஆதரவைப் பெறுவதே கருவித் தொகுப்பின் (டூல்கிட்) நோக்கம் என்றும், அது எந்தவிதமான வன்முறையையும் ஏற்படுத்தும் நோக்கம் இல்லை என்றும் அவர் கூறினார்.

திஷா ரவி கைது செய்யப்பட்ட பிறகு ஏராளமான இந்திய குடி மக்களிடமிருந்து மகத்தான ஆதரவைப் பெற்றார். மேலும் அவரது கைது உலகளாவிய அளவில் மக்களால் விமர்சிக்கப்பட்டது. மேலும் கேள்விக்குறியானது.

'பொய்க் குற்றச்சாட்டின் பேரில் சட்ட விரோத கைது' என்று அவர்கள் கூறியதை எதிர்த்து மக்கள் வீதிகளில் இறங்கினர்.

ஃபிரைடேஸ் ஃபார் ஃபியூச்சர் (எஃப்எஃப்எஃப்) இந்தியா இயக்கம் ஜூலை *2020* முதல் டெல்லி காவல்துறையின் கண்காணிப்பின் கீழ் இருப்பதாக கூறப்படுகிறது.

அதன் உறுப்பினர்கள் புதிய வரைவுக்கு எதிர்ப்புத் தெரிவிக்கும் வகையில் அதன் அதிகாரப் பூர்வ மின்னஞ்சல் கணக்கிற்கு ஆயிரக் கணக்கான மின்னஞ்சல்களை அனுப்புவதன் மூலம் சுற்றுச்சூழல், வனம் மற்றும் காலநிலை மாற்ற அமைச்சகத்தின் மின்னஞ்சல் பெட்டிகளை மூழ்கடித்துள்ளனர்.

'எதிர்கால இந்தியாவுக்கான வெள்ளிக்கிழமைகளின்' இணைய தளத்தை டெல்லி காவல்துறை சுருக்கமாக முடக்கியது.

23 பிப்ரவரி *2021* அன்று ஒன்பது நாட்கள் சிறையில் கழித்த பிறகு திஷாரவியின் காவலை நீட்டிக்க நீதிபதியை நம்ப வைக்கக் கூடிய

கணிசமான ஆதாரங்கள் எதையும் காவல்துறை சமர்ப்பிக்க தவறியதால் டெல்ல செஷன்ஸ் நீதிமன்றத்தால் திஷாரவி ஜாமீனில் விடுவிக்கப்பட்டார்.

கூடுதல் செவுன்ஸ் நீதிபதி, தில்லி காவல்துறை நீதிமன்றத்தில் சமர்ப்பித்த ஆதாரங்கள் குறைவானவை மற்றும் திஷா ரவிக்கு எதிராக சுமத்தப்பட்ட குற்றச்சாட்டுக்கள் எதையும் நிரூபிக்க வில்லை என்றும் கூறினார்.

திஷா ரவிக்கு எதிரான குற்றச்சாட்டின் பேரில், ஜாமினில் விடுவிக்க உத்தரவிட்ட நீதிபதி சில முக்கியமான கருத்துக்களை தெரிவித் துள்ளார்.

'எனது கருத்தில், வாட்ஸ் அப் குழுவை உருவாக்குவது அல்லது தீங்கற்ற டூல்கிட்டின் எடிட்டராக இருப்பது குற்றமல்ல.'

மேலும் கூறப்பட்ட கருவித் தொகுப்பு அல்லது பிஜேஎஃப் உடனான இணைப்பு ஆட்சேபனைக்குரியதாகக் கண்டறியப்படாதலால் வாட்ஸ் அப் அரட்டையை வெறுமனே நீக்குவது அர்த்தமற்றதாகி விடும்.

கூறப்பட்ட கருவித் தொகுப்பை ஆய்வு செய்வது, எந்தவிதமான வன்முறைக்கான அழைப்பும் வெளிப்படையாக இல்லை என்பதை வெளிப்படுத்துகிறது.

திஷா ரவிக்கு எதிராக பிரிவினைவாத சக்திகளுடன் சதி செய்ததற் கான எந்த ஆதாரமும் இல்லை.

பேச்சு மற்றும் கருத்து சுதந்திரத்திற்கான உரிமையானது உலகளாவிய கருத்தைத் தேடும் உரிமையை உள்ளடக்கியது.

ஆதாரங்களை மேலும் சேகரிக்க வேண்டி போலீசார் கோரிக்கை ஏற்று திஷா ரவியை சிறையில் தள்ள முடியாது.

இந்திய விவசாயிகளின் போராட்டத்திற்கு ஆதரவாக பாப் பாடகி ரிஹானா ட்விட்டரில் பதிவிட்ட பின்பு சுவீடனைச் சேர்ந்த மாணவி யும் கிரேட்டா துன்பார்க் தமது ட்விட்டர் பக்கத்தில் 'டூல்கிட்' ஒன்றைப் பகிர்ந்திருந்தார்.

அந்த டுவிட்டர் பதிவில் இந்தியாவில் களத்தில் உள்ள மக்களால் இந்த டூல்கிட் புதுப்பிக்கப்பட்டு வருகிறது என்றும் குறிப்பிட்டிருந்தார். ஆனால் அதன் பின்பு தமது டுவிட்டர் பக்கத்தில் இருந்து நீக்கி இருந்தார்.

பிப்ரவரி 4 மற்றும் 5 ஆகிய தேதிகளில் விவசாயிகள் போராட்டத்திற்கு ஆதரவாக பதிவுகள் மூலம் 'ட்விட்டர் புயல்' உருவாக்குவது, போராட்டம் நடத்துவது விவசாயிகளுக்கு ஆதரவு தெரிவிக்கும் வகையில் புகைப்படம் மற்றும் காணொலிகளை வெளியிடுவது ஆகியவை கிரேட்டா துன்பெர்க் டூல்கிட்டில் வலியுறுத்தப்பட்டிருந்தது.

அதானி, அம்பானி போன்ற பெருமுதலாளிகளுக்கு எதிராகச் செயல்படுவது அரசு அதிகாரிகள் மற்றும் அரசை பிரதிநிதித்துவப் படுத்துவர்களுக்கு விவசாயிகள் போராட்டம் தொடர்பாக நடவடிக்கை எடுக்குமாறு கோரிக்கை வைப்பது, பிப்ரவரி 13 மற்றும் 14 ஆகிய தேதிகளில் அவரவர் இருக்கும் இடத்துக்கு அருகில் உள்ள இந்தியத் தூதரகம், ஊடக நிறுவனம், அல்லது உள்ளூர் அரசு அலுவலகம் ஆகியவற்றின் அருகே போராட்டம் நடத்துவது உள்ளிட்டவையும் அதில் குறிப்பிட்டிருந்தன.

கிரேட்டா துன்பெர்க் பதிவிட்டிருந்த டூல்கிட் இந்திய அரசுக்கு எதிராக செயல்பட விரும்பும் காலிஸ்தான் பிரிவினை வாதிகளின் சதி என்றும் கூறியது.

∎

14 | புவி வெப்பமாவதைத் தடுப்போம்

2. புவி வெப்பமயமாதல்

புவி சூடாதல் (Global Warming) என்பது புவியின் மேற்புறப் பகுதியின் சராசரி வெப்பநிலையில் ஏற்பட்டிருக்கும் சீரான வெப்ப நிலை உயர்வை குறிக்கிறது. 20 ஆம் நூற்றாண்டின் இரண்டாம் பாதியில் புவியின் வளிமண்டலத்தின் சராசரி வெப்பநிலை கூடி யிருப்பதும் தொடர்ந்து கூடி வருவதுமான நிகழ்வு புவி வெப்ப மயமாதல் காணப்படுகிறது. சென்ற நூற்றாண்டில் புவியின் மேற் பரப்பு வெப்பநிலை 0.74+0.18டிகிரி செல்சியஸ் (1.33+0.32 டிகிரி பாரன்ஹீட்) கூடியிருக்கிறது.

இருபதாம் நூற்றாண்டின் நடுவிலிருந்து தற்போது வரையான வெப்பநிலை கூடுவதற்கு புதைபடிவ எரிமங்களின் எரிப்பு, காடழிப்பு, போன்ற மனித செயற்பாடுகளே காரணமென தட்ப வெப்பநிலை மாற்றத்திற்கான அரசிடைக்கு (ஐபிசிசி) முடிவு செய்துள்ளது. இந்த அடிப்படையான முடிவுகள், ஜி8 நாடுகளில் அறிவியல் கழகங்கள் உட்பட 70-க்கும் கூடுதலான அறிவியல் சமூகங்களாலும், அறிவியல் கழகங்களாலும் ஏற்றுக் கொள்ளப் பட்டிருக்கின்றன.

தட்பவெப்பநிலை மாற்றத்திற்கான அரசிடைக் குழுவின் அறிக்கையில் தொகுக்கப்பட்டுள்ள தட்பவெப்பநிலை மாதிரிகளின் எதிர்கால மதிப்பீடுகள் இருபத்தொன்றாம் நூற்றாண்டில் புவியின் மேற்பரப்பு வெப்பநிலை மேலும் 1.1 தொடக்கம் 6.4 டிகிரி செல்சியஸ் வரை (2.0-11.5 டிகிரி பாரன்ஹீட்) கூடலாம் என்பதைச் சுட்டிக் காட்டுக்கின்றன. ஒவ்வொரு தட்பவெப்பநிலை மாதிரியும் வெவ்வேறான அளவு வெப்பம் சிக்குறுத்தும் வளிமங்களின் வெப்ப நிலை கூட்டும் திறனையும் எதிர்கால உற்பத்தி அளவுகளையும் பயன்படுத்துவதால் தட்பவெப்பநிலை மாதிரிகளின் மதிப்பீடுகள் மாறுபடுகின்றன.

புவி வெப்பமயமாதல் புவியின் எல்லா இடங்களிலும் ஒரே அளவில் இருக்காது என்பது உட்பட பல நிச்சயமற்ற தன்மைகளும் இந்த தட்பவெப்பநிலை மாதிரிகளின் மதிப்பீடுகளில் காணப்படுகின்றன. கூடுதலான ஆய்வுகள் 2100 ஆம் ஆண்டு வரை கருதியே செய்யப் பட்டுள்ளன. எனினும், வெப்பம் சிக்குறுத்தும் வளிமங்களின் உமிழ்வு முற்றாக நிறுத்தப்பட்டாலும் பெருங்கடல்களின் பாரிய வெப்பக் கொள்ளளவு, வளிமண்டலத்தில் கரியமில வளிமத்தின் நீண்ட ஆயுட்காலம் என்பவற்றைக்கருதும் போது 2100 ஆம் ஆண்டுக்கு அப்பாலும் புவி வெப்பமயமாதல் தொடரும் என எதிர்பார்க்கப்படுகிறது.

கூடிவரும் புவி வெப்பநிலை கடல் மட்டத்தை உயரச் செய்து வீழ்படிவு கோலத்தை மாற்றிவிடும். மேலதிகமாக இதில் மிதவெப்ப மண்டல பாலைவனப் பகுதிகள் விரிவடைவதும் அடங்கலாம். பனியாறுகள், நிலை உறை மண், கடல் பனி என்பவை துருவங்களை நோக்கி தொடர்ந்து பின்வாங்கும் என எதிர்வுக் கூறப்படுகிறது. வெப்பமயமாதல் விளைவு ஆர்க்டிக்பகுதியில் கூடுதலாக காணப் படும். சீரற்ற தட்பவெப்பநிலை நிகழ்வுகளின் கடுமை கூடுதல், உயிரின அழிவு வேகம் கூடுதல், வேளாண்மை விளைச்சலின் மாற்றங்கள் என்பவை எதிர்பார்க்கப்படும் சில விளைவுகளாகும்.

புவி வெப்பமயமாதலினைக் குறித்தும் அதைத் தடுப்பதற்கான நடைமுறைகள் குறித்தும் கருத்துப் பரிமாற்றங்கள் தொடர்ந்து

கொண்டிருக்கின்றன. புவி சூடாதல் விளைவுகளை தடுப்பதற்கு இப்போதைக்குள்ள முறைகளாக வெப்பம் சிக்குறுத்தும் வளிமங்களின் உமிழ்வைக் குறைத்தல், சூடாதல் காரணமாக ஏற்படும் விளைவுகளிற்கு ஏற்றவாறு மாறிக் கொள்ளல் என்பன முக்கியமானவையாகும். வெப்பம் சிக்குறுத்தும் வளிமங்களின் உமிழ்வைக் குறைக்கும் நோக்குடைய கியோத்தோ நெறிமுறையில் பல நாடுகள் கச்சாத்திட்டு நடைமுறைக்கு கொண்டு வந்துள்ளன.

வெப்பநிலை மாற்றங்கள்

புவி வெப்பமயமாதலின் போது புவிக்கு அண்மித்த வெப்ப நிலையின் உலகளாவிய சராசரியின் மாற்றம் பொதுவாகப் பயன் படுத்தப்படுகிறது. 1906-2005 வரையான காலப்பகுதியில் வெப்பநிலை 0.74 டிகிரி செல்சியஸ் +0.18 டிகிரி செல்சியஸ் அளவில் கூடியுள்ளது. 1906-2005 வரையான காலப்பகுதியில் வெப்பநிலை கூடும் வீதத்தோடு ஒப்பிடுகையில் அதன் கடைசி 50 ஆண்டுகளில் வெப்பநிலை கூடும் வீதம் இரட்டிப்பாகியுள்ளது. (பத்து ஆண்டு களுக்கு 0.13 டிகிரி செல்சியஸ் +0.03 டிகிரி செல்சியஸ் என்பதுடன் பத்து ஆண்டுகளுக்கு 0.07 டிகிரி செல்சியஸ் +0.02 டிகிரி செல்சியஸ் என்பதை ஒப்பிடுக).

நகர்ப்புற வெப்பத் தீவு விளைவு புவி வெப்ப நிலையைக் கூட்டி யுள்ளது. செய்மதி அளவீடுகளின் படி 1979 ஆம் ஆண்டு முதல் அடி வளிமண்டலத்தின் கீழ் பகுதியில் வெப்பநிலை பத்து ஆண்டுகளுக்கு 0.12 தொடக்கம் 0.22 டிகிரி செல்சியஸ் வரை கூடியுள்ளது. (0.22 - 0.4 டிகிரி பாரன்ஹீட்) 1850 ஆம் ஆண்டுக்கு முந்தைய ஒன்று அல்லது இரண்டு ஆயிரம் ஆண்டுகளின் காலத்தில், இடைமத்திய கால வெப்பமான காலகட்டம் அல்லது சிறு பனியுகம் ஆகிய உள்ளூர் ஏற்றத்தாழ்வுகள் தளர்ந்தவிடத்து ஒப்பீட்டளவில் சராசரி வெப்ப நிலை கூடுதல் மாற்றம் இருந்திருக்கலாம் என்று நம்பப்படுகிறது.

நாசாவின் கோடார்டு விண்வெளி ஆய்வுகளுக்கான நிறுவனத்தின் மதிப்பீட்டின்படி, 1800 ஆண்டுகளின் பிற்பகுதியில் வெப்பநிலை தொடர்பான நம்பகமான பரவலான கருவியியல் அளவீடுகள் கிடைக்கப் பெற்றதில் இருந்து 2005 ஆம் ஆண்டே வெப்பநிலை

கூடிய ஆண்டாகும். இவ்வெப்பநிலை வெப்பநிலைத் தரப்படுத்து தலில் இரண்டாவது இடத்தைப் பிடித்த 1998 ஆம் ஆண்டினதை விட சில கீழ்நூறு பாகைகள் கூடுதலாகும்.

உலக வானிலையியல் அமைப்பும் தட்பவெப்பநிலை ஆராய்ச்சிப் பிரிவும் மேற்கொண்ட மதிப்பீடுகளின் படி 1998 ஆம் ஆண்டு முதலிடத்தையும் 2005 ஆம் ஆண்டு இரண்டாம் இடத்தை யும் பிடித்திருக்கின்றன. 20 ஆம் நூற்றாண்டின் மிகவும் வலிமை யான எல் நீனோ 1998 ஆம் ஆண்டில் நடைபெற்றமையால் அவ்வாண்டின் வெப்பநிலைகள் சராசரி அளவை விட கூடுதலாகக் காணப்பட்டன.

வெப்பநிலை மாற்றம் உலகம் முழுவதும் ஒரே அளவில் நடைபெற வில்லை. 1979 ஆம் ஆண்டு முதல் நிலத்தின் வெப்பநிலை கடல் வெப்பநிலையை விட இரண்டு மடங்கு வேகமாக கூடியுள்ளது. (பத்து ஆண்டுகளுக்கு 0.25 டிகிரி செல்சியஸ் என்பதுடன் பத்து ஆண்டுகளுக்கு 0.13 டிகிரி செல்சியஸ் என்பதை ஒப்பிடுக) நிலத்தை விட கடல் கூடுதல் வெப்பக் கொள்ளளவைக் கொண்டுள்ள மையம் கடல் ஆவியாதல் மூலம் நிலப்பரப்பை விடவும் வெகு துரிதமாக வெப்பத்தை இழக்கக் கூடிய மையம் என்ற இரண்டு காரணியங் களால் கடல் வெப்பநிலைகள் நிலப்பரப்பினதை விடவும் மெது வாகவே கூடுகின்றன.

வடக்கு அரைக்கோளம் தெற்கு அரைக்கோளத்தை விட கூடுதல் நிலப்பரப்பை கொண்டிருப்பதாலும் பனி - வெண் எதிர்சிதறல் பின்னூட்டச் சக்கரத்துக்குள்ளாகும் கூடுதலான பருவ- தூவிப்பனி யுள்ள நிலப்பகுதிகளும் கடல் பனியும் காணப்படுவதாலும் வட வரைக்கோளம் துரிதமாக வெப்பமடைகிறது. வெப்பம் சிக்குறுத்தும் வளிமங்கள் கூடுதலாக வடவரைக் கோளத்தில் கூடுதலாக உமிழப்பட்டாலும் அவ்வளிமங்கள் இரண்டு அரைக் கோளங்களின் வளிமங்கள் கலக்க எடுக்கும் நேரத்தை விட கூடிய நேரம் வளிமண்டலத்தில் இருப்பதால் வெப்பமடைதலில் எந்த வித்தியாசத்திற்கும் காரணமாவதில்லை.

பெருங்கடல்களின் கூடுதலாக வெப்பக் கொள்ளளவுக் காரண மாகவும் ஏனைய நேரியல் விளைவுகளின் மெதுவான தாக்கம் காரணமாகவும் தட்பவெப்பநிலை சீராக பல நூற்றாண்டுகள் ஆகலாம். ஆய்வுகளின் படி வெப்பம் சிக்குறுத்தும் வளிமங்களின் உமிழ்வு தட்பவெப்ப நிலையுடன் தொடர்பில்லாத காரணியங் களும் தட்பவெப்பநிலை மாற்றங்களுக்குக் காரணமாகிறது. வெப்பம் சிக்குறுத்தும் வளிமங்களின் அளவு, சூரிய ஔிர்வில் உள்ள மாற்றங்கள், எரிமலை வெடிப்புகள், புவி சூரியனைச் சுற்றும் பாதையில் ஏற்படும் மாற்றங்கள் என்பன தட்பவெப்பநிலையில் செல்வாக்குச் செலுத்தும் வெளிக்காரணியங்களாகும்.

பொதுவாக இதில் மூன்று காரணியங்களே வெப்பநிலை மாற்றத் துக்கு ஏதுவாகிறது. நிலவுலகு சூரியனைச் சுற்றும் பாதை மிக மெதுவாகவே மாற்றமடைவதால் கடந்த நூற்றாண்டின் வேகமான வெப்பநிலை மாற்றங்களுக்கு இது காரணியாகாது.

வெப்பம் சிக்குறும் விளைவு

வளிமண்டலத்திலுள்ள வளிமங்கள் அகச்சிவப்பு கதிர்களை உறிஞ்சி மீண்டும் உமிழ்வதன் மூலம் கோள் ஒன்றின் கீழ் வளிமண்டலமும் அதன் மேற்பரப்பும் வெப்பமடைதல் வெப்பம் சிக்குறும் விளைவு எனப்படுகிறது. வெப்பம் சிக்குறும் விளைவை ஜோசப் ஃபோரியர் 1824 ஆம் ஆண்டு கண்டறிந்தார். 1896ஆம் ஆண்டில் சிவாந்தே அரினியஸ் வெப்பம் சிக்குறும் விளைவின் அளவைக் கண்டறிந்தார். புவி சூடாதலுக்கு மாந்த நடவடிக்கைகள் ஒரு காரணியமல்லவென கருதும் அறிவியலாளர்கள் உட்பட எவராலும் வெப்பம் சிக்குறும் விளைவின் இருப்பு மறுப்புக்குள்ளாகவில்லை. மாறாக மனித நடவடிக்கைகளால் வளிமண்டலத்தில் உள்ள வெப்பம் சிக்குறுத்தும் வளிமங்களின் செறிவு மாறும் போது வெப்பம் சிக்குறும் விளைவு எவ்வாறு மாற்றமடையும் என்பதே கேள்விக்குள்ளாகியுள்ளது.

இயற்கையாக வளிமண்டலத்திலுள்ள வெப்பம் சிக்குறுத்தும் வளிமங்கள் சுமார் 33 டிகிரி செல்சியஸ் (59 டிகிரி பாரன்ஹூட்) வரை சராசரியான வெப்பமாக்கும் விளைவைக் கொண்டுள்ளன. நீராவி (இது வெப்பம் சிக்குறும் விளைவில் 36-70 சதவீதத்திற்கு

காரணியாகிறது), கரியமில வளிமம் (CO_2 இது வெப்பம் சிக்குறும் விளைவில் *9-26* சதவீதத்திற்கு காரணியாகிறது), மீத்தேன் (CH_4 இது வெப்பம் சிக்குறும் விளைவில் *4-9* சதவீதத்திற்கு காரணியாகிறது), ஓசோன் (இது வெப்பம் சிக்குறும் விளைவில் *3-7* சதவீதத்திற்கு காரணியாகிறது) என்பன முக்கிய வெப்பம் சிக்குறுத்தும் வளிமங் களாகும்.

கதிரியக்க சமநிலையில் முகில்களும் முக்கியப் பங்கு வகிக் கின்றன. ஆனால் இவை நீரை நீர்ம நிலையையோ அல்லது திண்ம நிலையையோ கொண்டிருப்பதால் இதன் வெப்பம் சிக்குறுத்தும் விளைவு நீராவியிலிருந்து வேறாக கணிக்கப்படுகிறது.

தொழிற்புரட்சி முதல் மனிதர்களின் நடவடிக்கைகள் வளி மண்டலத்தில் வெப்பம் சிக்குறுத்தும் வளிமங்களின் செறிவை கூட்டியது, இதன் மூலம் CO_2 மீத்தேன், அடிவளிமண்டல ஓசோன், குளோராபுளோரோகார்பன், நைட்ரஸ் ஆக்சைடு வளிமங்களில் இருந்தான கதிர்வீச்சு திணிப்பிற்கு இட்டுச் செல்கிறது. *1700* களின் நடு ஆண்டுகள் தொடக்கம் வளிமண்டலத்தில் CO_2 மீத்தேனின் செறிவு முறையே *36%* மற்றும் *148%* ஆல் கூடியிருக்கிறது. பனிக் துருவங்களிலிருந்தும் நம்பகமான தரவுகள் பெறப்பட்டுள்ள கடந்த *650,000* ஆண்டுகளை விட இந்த அளவுகள் குறிப்பிடத்தக்க அளவு கூடுதலானவையாகும்.

நேரில் புவியியல் தரவுகளின் படி வளிமண்டலத்தில் இந்த அளவு CO_2 *20* மில்லியன் ஆண்டுகளுக்கு முன்னரே நிலவுலகில் காணப் பட்டது. கடந்த 20 ஆண்டுகளில் பல்வேறு மனித நடவடிக்கைகளின் போது எரிக்கப்பட்ட புதைபடிவ எரிபொருள் மூலமே கூடியிருக்கும் CO_2 அளவில் சுமார் முக்கால் பங்கிற்கு உமிழப்பட்டுள்ளது. மிகுதி CO_2 அளவில் பெருமளவு காடழிப்பை முதன்மையாகக் கொண்ட நில பயன்பாடு மாற்றத்தினால் உமிழப்பட்டுள்ளது.

புதைபடிவ எரிமங்களின் எரிப்பு நில - பயன்பாடு மாற்றம் காரண மாக CO_2 செறிவு கூடிச்செல்கிறது. எதிர்காலத்தில் CO_2 செறிவு கூடிச் செல்லும் வேகம், பொருளாதார, சமூக, தொழில்நுட்ப, இயற்கைச் துறைகளில் ஏற்படும் வளர்ச்சிகளில் தங்கியுள்ளது. தட்பவெப்ப

நிலை மாற்றத்திற்கான அரசிடைக்குழுவின் (IPCC) வளிம உமிழ்வு சூழல்கள் மீதான சிறப்பு அறிக்கையில் 2100 ஆம் ஆண்டில் CO_2வின் செறிவுக்கு 541 ppm முதல் 970 ppm வரை ஒரு பரந்த வீச்சை கொடுத்துள்ளது. நிலக்கரி, தார்மணல், மீத்தேன் சேர்மம் ஆகியவை அளவுக்கு மீறி பயன்படுத்தப்படுமானால் புதைபடிவ எரிமங்களே குறித்த அளவை எட்டுவதற்கு போதுமானவை என்பதோடு 2100 ஆம் ஆண்டு தாண்டியும் உமிழ்வுகள் தொடரக்கூடும்.

குளோரோபுளோரோகார்பன்களால் மேல் வளிமண்டல ஓசோன் படை அழிக்கப்படுதல் சிலவேளைகளில் புவி சூடாதலுக்கு ஒரு காரணியாகக் கொள்ளப்படுகிறது. ஆனால் ஓசோன் படை அழிவிற்கும் புவி சூடாதலுக்கும் நெருங்கிய தொடர்பு கிடையாது. மேல் வளிமண்டல ஓசோன் அழிவு ஒரு குளிர்விக்கும் விளைவைக் கொண்டிருக்கிறது. ஆனால் 1970களின் பிற்பகுதி வரையில் ஓசோன் ஓட்டையின் பெரும்பகுதி ஏற்பட்டிருக்கவில்லை. கீழ் வளி மண்டலத்தில் ஓசோன் காணப்பட்டால் அது புவி சூடாதலுக்கு காரணியமாகிறது.

வளித்தொங்கல்களும் புகைக் கரியும்

நிலவுலகின் மேற்பரப்பில் கிடைக்கப் பெறும் ஒளிக்கதிர்களின் அளவு குறைந்துச் செல்லுதல் நிகழ்வான புவி மங்குதல் 1960 ஆம் ஆண்டு முதல் தற்போது வரை புவி சூடாதலை பகுதியளவில் எதிரீடு செய்து வந்துள்ளது. மாசுக்களாலும் எரிமலைகளாலும் உற்பத்திச் செய்யப்படும் வளித்தொங்கல்கள் நிலவுலகு மங்கலுக்கும் முக்கியக் காரணியாகும். உள்வரும் சூரிய ஒளியின் தெறிப்பைக் கூட்டுவதன் மூலம் இவை ஒரு குளிர் விளைவை ஏற்படுத்துகின்றன. புதை படிவ எரிமங்களின் எரிப்பின் போது வெளியாம் கரியமில வளிமத்தால் (CO_2) உண்டாகும் சூடாக்கும் விளைவை அதே எரிப்பில் வெளி யாகும் வளித்தொங்கல்கள் இல்லாது செய்து விடுகின்றன. எனவே அண்மைய ஆண்டுகளில் உள்ள வெப்பநிலை கூடுதலுக்கு கரியமில வளிமமல்லாத ஏனைய வெப்பச் சிக்குறுத்தம் வளிமங்களே காரணம் என சேம்சு என்சன்னும் (James Hansen) அவரது சகாக்களும் ஒரு கோட்பாட்டை முன்மொழிந்திருக்கின்றனர்.

பல பத்தாண்டுகளாக புவி வெப்பமயமாதலைக் கட்டுப்படுத்த வேண்டும் எனில் கரியமில வாயு உமிழ்வை கட்டுப்படுத்துவதே வழி என்று அதிலேயே கவனமாக இருந்தார்கள். காடுகள் அழிப்பு, அனல் மின்சார உற்பத்தி போன்ற மனித நடவடிக்கைகளாலேயே கரியமில வாயு உற்பத்தி நிகழ்ந்தது. தொழிற்புரட்சிக்குப் பிறகு ஏற்பட்ட புவி வெப்பநிலை உயர்வில் 70 சதவீதம் கரியமில வாயு வாலேயே நிகழ்ந்துள்ளது. தற்போது புவி வெப்பநிலை அதிகரித்து வருவதற்கு பெருமளவுக்கு மீத்தேன் வாயு காரணமாக இருக்கிறது என்பது சமீபத்தில் வெளியான பருவநிலை மாற்றம் தொடர்பான பன்னாட்டுக்குழு (ஐபிசிசி) ஆய்வறிக்கையின் முக்கியக் கண்டு பிடிப்புகளில் ஒன்று.

தற்போது நிகழும் புவி வெப்பநிலை உயர்வில் 30-50 சதவீதம் இந்த மீத்தேன் வாயுவால் நிகழ்கிறது என்கிறது அந்த ஆய்வறிக்கை. வேளாண்மை, எண்ணெய், எரிவாயு உற்பத்தியில் நடக்கும் கசிவு, குப்பை மேடுகள் போன்றவை மீத்தேன் வாயு உற்பத்திக்கு பெரு மளவுக்கு காரணமாக அமைகின்றன. மீத்தேன் வாயு உமிழ்வை கட்டுப்படுத்துவதற்கு தீவிர நடவடிக்கை எடுத்தால், அது பருவ நிலை மாற்றத்துக்கு எதிரான போராட்டத்தில் புவிக்கு கொஞ்சம் கால அவகாசம் தருவதாக அமையும் என்று வல்லுநர்கள் கூறு கிறார்கள்.

புவி வெப்பமாதலில் அணு ஆற்றலின் பங்கு

சர்வதேச அணுசக்தி கழகம் (International atomic energy agency) அறிக்கையில் 2030 ஆம் ஆண்டுவாக்கில் கார்பனீராக்சைடு உலகில் அதிகரிக்கும் என்கிறது. 2050 ஆம் ஆண்டுக்குள் 50 முதல் 85 சதவீதம் வரை பசுமையில்ல வாயுக்களின் வெளியீட்டை அதிகரிக்க வேண்டும். இல்லையெனில் அதிக மோசமான விளைவுகளை உலகம் சந்திக்க வேண்டியதிருக்கும் என அறிவித்துள்ளது.

சூரிய வெளியீடு மாற்றம்

சூரிய வெளியீட்டில் ஏற்படும் மாற்றங்கள் இறந்த காலத்தில் தட்ப வெப்பநிலை மாற்றத்துக்கு காரணியாக இருந்துள்ளது. இருப்பினும்

சூரிய வெளியீட்டில் உள்ள மாற்றம் அண்மைய நிலவுலகுச் சூடாத லுக்கு போதாது என்பது பொதுவான கருத்து.

வெப்பம் சிக்குறுத்தும் வளிமங்களும், சூரிய திணிப்புகளும் வெப்பநிலையை வெவ்வேறு விதமாக பாதிக்கின்றன. இரண்டு காரணிகளின் கூடுகையானது அடிவளிமண்டலத்தின் வெப்ப நிலையைக் கூட்டும் அதே வேளை சூரிய திணிப்பின் கூடுகை அடுக்குமண்டலத்தை சூடாக்குவதோடு வெப்பம் சிக்குறுத்தும் வளிமங்களின் கூடுகை அடுக்கு மண்டலத்தை குளிர்விக்க வேண்டும்.

1979இல் செயற்கைக்கோள் அளவீடுகள் கிடைக்கப் பெற்றது முதல் அடுக்கு மண்டலத்தின் வெப்பநிலை சீராகவோ அல்லது குறைவ தாகவோ உள்ளது. அதற்கு முன்னர் தட்பவெப்பநிலை பலூன் அளவீடுகளையும் உள்ளடக்கினால் 1958 ஆம் ஆண்டு முதல் அடுக்கு மண்டலம் குளிர்வடைவதைக் காணலாம்.

■

IPCC

INTERGOVERNMENTAL
PANEL ON
CLIMATE CHANGE

WMO UNEP

3. பாரிஸ் பருவநிலை ஒப்பந்தம்

பருவநிலை மாற்றம் தொடர்பான பன்னாட்டு அரசுகளின் குழு (Intergovernmental Panel on Climate Change (IPCC)) புவி சூடாதல் குறித்து பன்னாட்டு அரசுகளுக்கு விரிவான அறிக்கையை உருவாக்கி வழங்கி வழிகாட்டும் குழுவாகும். பருவநிலை மாற்றம் பற்றிய மதிப்பீடு, அதன் தாக்கம், தீர்வுகளைப் பற்றி 6-7 ஆண்டுகளுக்கு ஒரு முறை பன்னாட்டு அரசுகளுக்கு அறிக்கை அளிப்பதற்காக, 1988-ஆம் ஆண்டில் ஐக்கிய நாடுகள் அவையின் சார்பாக இந்த அமைப்பு உருவாக்கப்பட்டது.

இக்குழுவில் அனைத்துத் துறை அறிவியல் அறிஞர்கள் மற்றும் 195 நாடுகளின் பிரதிநிதிகள் உள்ளனர். பல்துறை கல்விப்புல ஆராய்ச்சி யாளர்களிடம் இருந்து இக்குழு 6 அல்லது7 ஆண்டுகளுக்கு ஒரு முறை அளிக்கும் வழக்கமான அறிக்கைகள் தவிர பருவநிலை மாற்றம் தொடர்பான அறிவியல் கேள்விகளைப் பற்றி சிறப்பு அறிக்கைகளையும் இந்த அமைப்பு வழங்குகிறது.

1950-ஆம் ஆண்டிலிருந்து புவி வெப்பமடைவதற்கு மனிதர்களே முக்கியக் காரணம் என்று 2013-ஆம் ஆண்டில் இந்த அமைப்பு

வெளியிட்ட அறிக்கை முக்கியத்துவம் பெற்றது. இக்குழுவின் அறிக்கையின் படி 2015-ஆம் ஆண்டில் பாரீஸ் பருவநிலை ஒப்பந்தம் ஏற்பட்டது.

தொழிற்புரட்சிக்கு முந்திய காலத்தை ஒப்பிட தற்போதைய புவியின் வெப்பநிலை 1.5 டிகிரிக்கு மேல் உயரக்கூடாது என்ற மிக முக்கியமான அறிக்கையை 2018-ஆம் ஆண்டில் இக்குழு வெளியிட்டது.

அரசியல் தலைவர்கள் பருவநிலை மாற்றத்துக்கு உரிய முறையில் முகம் கொடுக்க வேண்டும் என்று வலியுறுத்தி உலகம் முழுவதும் இளைஞர்கள் வீதியில் இறங்கிப் போராட்டம் செய்வதற்கு இக்குழுவின் அறிக்கையே மிக முக்கியமான உந்து விசையாக இருந்தது. புவி சூடாதல் எதிர்காலப் பிரச்சனை அல்ல: தற்கால அபாயம் என இதன் அறிக்கை உணர்த்தியது.

இக்குழு பருவநிலை மாற்றம் குறித்து ஆய்வு செய்வதில்லை. இக்குழு மூன்று வெவ்வேறு பிரிவுகளில் ஐபிசிசி அறிக்கை தயாரிக்கிறது. முதல் அறிக்கை இயல் அறிவியல் அறிக்கை ஆகும். இரண்டாவது தாக்கம் தொடர்பான அறிக்கை. மூன்றாவது அறிக்கை, தீர்வுகள் தொடர்பான அறிக்கை.

தாக்கம், தீர்வுகள் தொடர்பான அறிக்கைகள் அடுத்த 2022-ஆம் ஆண்டில் வெளியாகும். மூன்று அறிக்கைகளையும் இணைத்து அளிக்கப்படும் அறிக்கையும் அடுத்த ஆண்டு 2022-இல் வெளியாகும்.

2021-ஆம் ஆண்டு ஆகஸ்டு மாதத்தில் வெளியாகப் போகும் இயல் அறிவியல் அறிக்கையைத் தயாரிக்கும் பணியில் 200 அறிவியல் அறிஞர்கள் ஈடுபட்டிருக்கிறார்கள். இவர்கள் ஏற்கனவே எழுதப் பட்டு, கடந்த நான்கு ஆண்டுகளில் புகழ்பெற்ற அறிவியல் இதழ் களில் வெளியான ஆராய்ச்சிக் கட்டுரைகளைப் படித்து, அதில் இருந்து அறிக்கையை உருவாக்குகிறார்கள். இதன் வரைவு அறிக்கை 40 பக்கங்களில் இருக்கும்.

தொழிற்புரட்சிக்கு முந்திய நிலையை ஒப்பிடும் போது புவியின் சராசரி வெப்பநிலை 1.5 டிகிரியை தாண்டக்கூடாது என்று ஐபிசிசி வாதிட்டு வருகிறது.

கடந்த ஆண்டு (2020) புவியின் சராசரி வெப்ப நிலை 1.2 டிகிரி செல்சியஸ் வெப்பம் அதிகமாக இருந்தது. அதற்கு ஏற்பவே 2021-ஆம் ஆண்டில் ஆப்பிரிக்கா மற்றும் தென் அமெரிக்கா தவிர பிற கண்டங்களில் தீவிர இயற்கைப் பேரிடர்கள் பதிவாகி வருகிறது.

■

4. புவிவெப்ப மயமாதலுக்கு எதிரான போர்

உலக வெப்பமயமாதல் காரணங்கள்:

பசுமை இல்லா வாயுக்கள் இயற்கையாகவே உற்பத்தியாக கூடியவை. ஆனால் மனிதனின் செயல்பாடுகள் இந்த வாயுக்களின் உற்பத்தி மிகவும் அதிகரித்து உள்ளது. பசுமை இல்லா வாயுக்களின் உற்பத்தியை அதிகரிக்கும் செயல்கள் :

காடுகளை அழித்தல்

பெட்ரோலியம் போன்ற எரிபொருட்களை எரித்தல்

விவசாயம் சார்ந்த நிகழ்வுகள்

இறந்த உயிரினங்கள் மக்குதல்

அனல்மின் நிலையங்கள்

வாகனங்களினால் ஏற்படும் காற்று மாசுபாடு

எரிமலை வெடித்தல்

தொழில்மயமாக்குதல்

காடுகளை அழித்தல் :

மரங்கள் கார்பன் டை ஆக்ஸைடினை உள்ளிழுத்துக் கொள்வதால் வளிமண்டலத்தின் தட்ப வெப்பநிலை சீராக உள்ளது. நாம் மரங்களை வெட்டும்போது அதன் உள்ளிழுத்துக் கொள்ளும் தன்மை முடிவடைகிறது மற்றும் மரங்களில் சேர்ந்துள்ள கார்பன் வெளியாகிறது.

பெட்ரோலியம் போன்ற பொருட்களை எரித்தல் :

பெட்ரோலியம் போன்ற கார்பன் எரிபொருட்களை எரிப்பதால் கார்பன் டை ஆக்ஸைடு வெளியாகிறது.

விவசாயம் சார்ந்த நிகழ்வுகள் :

மாடு, ஆடு போன்றவை செரிமானத்தின் போது பெரும்பாலான மீத்தேன் வாயுவினை வெளிவிடுகின்றன. உரங்களில் நைட்ரஜன் கலந்து இருப்பதால் அது நைட்ரஸ் ஆக்ஸைடினை உருவாக்குகிறது.

இறந்த உயிரினங்கள் மக்குதல் :

ஒரு உயிரினம் இறந்தபின் அதனை மக்க வைக்கும் செயல்முறையின் போது அதிலிருந்து கார்பன் வெளிப்படுகிறது. இந்த கார்பன் காற்று, நீர், நிலம் என கலந்து கார்பன் டை ஆக்ஸைடினை உருவாக்குகிறது.

அனல்மின் நிலையங்கள் :

அனல்மின் நிலையங்களில் கரிம எரிபொருட்கள் எரிக்கப்படுவதால் இதிலிருந்து அதிக அளவில் கார்பன் டை ஆக்ஸைடு வெளியாகிறது.

வாகனங்களினால் ஏற்படும் மாசுபாடு :

வாகனங்களும் கரிம எரிபொருட்களை பயன்படுத்துவதால் அதிக அளவில் கார்பன் டை ஆக்ஸைடினை உருவாக்குகின்றன.

எரிமலை வெடித்தல் :

எரிமலை வெடிப்பின் போது அதிலிருந்து வாயுக்கள், சாம்பல் மற்றும் நுண் தூசிகள் வெளிப்படும். இந்த வாயுக்களில் உள்ள

சல்பர் டை ஆக்ஸைடு உலக வெப்பம் குறைதலிலும் கார்பன் டை ஆக்ஸைடு உலக வெப்ப மயமாதலிலும் பங்காற்றுகின்றன.

தொழில்மயமாக்குதல் :

வேகமான மக்கள் தொகை பெருக்கத்தால் தொழிற்சாலை களின் எண்ணிக்கையும் அதிகரித்து வருகிறது. இதனால் அதிக அளவில் எரிபொருட்கள் எரிக்கப்பட்டு உலக வெப்பமயமாதலுக்கு காரணமாகின்றன.

உலக வெப்பமயமாதலின் விளைவுகள் :

பூமியின் வெப்பம் அதிகரிப்பதால் நமது சுற்றுச்சூழலின் சராசரி வெப்பநிலை அதிகரிக்கிறது.

பனிமலைகள் வேகமாக உருகி கடல்நீர் மட்டத்தினை உயர்த்து கின்றன.

அடிக்கடி வெள்ளம், மண் அரிப்பு, புயல் என எதிர்பாராத பருவகால மாற்றம் ஏற்படுதல்.

கடலின் அமிலத்தன்மை அதிகரிப்பதால் பவளப்பாறை போன்ற உயிரினங்கள் அழிந்து போகின்றன.

நீர் மற்றும் பூச்சிகளால் வரும் நோய்கள் அதிகமாகின்றன.

உலக வெப்பமயமாதலை தடுக்கும் முறைகள் :

கரிம எரிபொருட்கள் உபயோகிப்பதை குறைத்தல்.

மரங்களை நடுதல்.

மறுசுழற்சி செய்யக்கூடிய பொருட்களை உருவாக்குதல்.

மின்சாரம் தயாரிக்க மிக குறைந்த அளவில் எரிபொருளை பயன் படுத்தும் சாதனங்களை பயன்படுத்துதல்.

■

5. இயற்கை ஒரு போதும் தவறு செய்வதில்லை

இயற்கை விவசாயத்தை ஊக்குவிக்கும் வகையில் தமிழ்நாடு வேளாண்மைப் பல்கலைக் கழகம் வேலைத் திட்டத்தை தயாரிக்க வேண்டும் என இயற்கை வேளாண்மை விஞ்ஞானி கோ.நம்மாழ்வார் வலியுறுத்தினார். தமிழ்நாடு வேளாண்மைப் பல்கலைக்கழகத்தில் நடைபெற்ற மாநில அளவிலான அஞ்சக வேளாண்மை கருத்தரங்கில் நம்மாழ்வார் கூறியது:

உலகத்தை பயமுறுத்தும் அச்சுறுத்தல் பூமி வெப்பமயமாகுதல் ஆகும். பூமி வெப்பமயமாகுதல் காரணமாக கடல் மட்டம் உயர்ந்து கடலோரப் பகுதிகளில் வசிப்பவர்கள் வாழ்வாதாரத்தை இழக்கும் சூழல் வரும்.

இதற்கு காடுகளை அழித்தல், பெருகி வரும் தொழிற்சாலைகள், வாகனப் பெருக்கம், நவீன வேளாண்மை ஆகியவையே பெரும் காரணிகளாக உள்ளன. இதிலும் பூமி வெப்பமயமாதலுக்கு நவீன வேளாண்மை ஆகியவையே பெரும் காரணிகளாக உள்ளன. இதிலும் பூமி வெப்பமயமாதலுக்கு நவீன வேளாண்மை முறை 35 சதவீதக் காரணமாக உள்ளது.

பூமி வெப்பமயமாதல் காரணமாக பாதிக்கப்படப் போவது ஏழை நாடுகளே ஆகும். குறிப்பாக இந்தியாவில் 44 கோடிப் பேர் வறுமையில் வாடுகின்றனர். இவர்கள் தான் பெரிதும் பாதிக்கப்படுபவர்கள். புவி வெப்ப மயமாதலுக்கான காரணத்தை கண்டறிந்து உடன் நிறுத்த வேண்டும். பூமி மீண்டும் பழைய நிலைக்கு திரும்ப இன்னும் 150 ஆண்டுகள் ஆகும்.

நிலம் உயிரோட்டத்தை இழந்து கொண்டிருக்கிறது. வாழ்க்கை வணிக மயமாகிக் கொண்டிருக்கிறது. பூச்சிக் கொல்லி மருந்து பயன்படுத்தப்பட்ட உணவை உட்கொள்ளும் மக்களும் புற்றுநோய் உள்ளிட்டவற்றுக்கு ஆளாகின்றனர்.

கடந்த 15 ஆண்டுகளில் வாங்கிய கடனைத் திருப்பிச் செலுத்த முடியாத நிலையில் 2.50 லட்சம் விவசாயிகள் தற்கொலை செய்து கொண்டுள்ளதாக தேசிய குற்ற ஆவணக் காப்பகம் தெரிவித்துள்ளது.

இயற்கை விவசாயத்தின் மூலம் ஆரோக்கியமான சமுதாயத்தைப் படைத்திட முடியும். இதற்கு விவசாயிகளுக்கு தமிழ்நாடு வேளாண்மைப் பல்கலைக் கழகம் உதவ வேண்டும். மேலும் இயற்கை விவசாயத்தை ஊக்குவிக்கும் வகையில் வேலைத் திட்டத்தை தயாரிக்க வேண்டும்.

இயற்கை விவசாயம் மட்டுமே நம்மையும், நம் சந்ததியினரையும் வாழ வைக்கும். இதற்கு நிறைய இயற்கை பயிற்சி மையங்கள் உருவாக்கப்படுவதோடு இயற்கை விவசாயம் செய்தவர்களின் எண்ணிக்கையையும் அதிகரிக்க வேண்டும்.

பசு மாட்டை தாயாகவும், தெய்வமாகவும் பார்க்கிறோம். பசுவின் மூலம் பெறப்படும் பஞ்சகவ்யம் உடலில் ஏற்படும் நோயை நீக்குகிறது. வெளிநாட்டினர் பசுமாட்டை பால் வழங்கும் இயந்திரமாகப் பார்க்கின்றனர்.

இயற்கை ஒரு போது தவறு செய்வதில்லை. உடலும் தனது கடமையை செய்யத் தவறியதில்லை.

6. சுற்றுச்சூழல் அறிவுடையோர்க்கு மட்டுமே அல்ல!

சுற்றுச்சூழல் என்பது அறிவுள்ளவர்களுக்கு மட்டுமே என்று இருக்கக் கூடாது. அது அனைவருக்கும் எளிமையாகவும், மொழி கட்டுப்பாடுகள் இல்லாமலும் இருக்க வேண்டும் என்கிறார் நம்மாழ்வார்.

நீங்கள் அதைப் பெறுவதற்கு பில்கேட்ஸாக இருக்க வேண்டிய தில்லை. சுற்றுச்சூழல் தீர்வுகள் அனைத்து வகுப்பினருக்கும் சமமாக கிடைக்கவில்லை என்றால் சுற்றுச்சூழல் என்பது உண்மையில் மேல் தட்டடுக்கு ஆகும்.

இந்தியாவின் கர்நாடக மாநிலத்தைச் சேர்ந்த தும்கூர் என்ற மாவட்டத்திலுள்ள கிராமத்தில் பிறந்தவர் திம்மக்கா. பெங்களூரு கிராமப்புற மாவட்டத்திலுள்ள ஹுலிகல்லு எனும் ஊரினைச் சேர்ந்த சிக்கையா என்பவரை மணம் முடித்து திம்மாக்கா கணவர் ஊருக்கு குடிபெயர்ந்தார்.

திருமணமாகி பல வருடங்களாகியும் மகப்பேறு இல்லாததால் திம்மக்கா, பொட்டல்காடாக இருந்த கூதூர்ச் சாலைகளின் இரு மருங்கிலும் ஆலமரக்கன்றுகளை நடத் துவங்கினார்.

திம்மக்காவின் இந்தப் பணிக்கு அவரது கணவரும் உதவினார். முதல் வருடத்தில் பத்து மரங்கள், இரண்டாமாண்டில் 15 மரங்கள் என்று பெருகி 8000 மரங்கள் வரை உருவாக்கினார்.

கர்நாடகாவின் மத்திய பல்கலைக்கழகம் 2020 ஆம் ஆண்டு திம்மக்காவுக்கு கௌரவ டாக்டர் பட்டத்தை வழங்கியிருக்கிறது.

திம்மக்கா தனது ஆரம்ப காலத்தில் தமது ஊரான கூதூரில் ஆலமரங்களை நட்டுப் பராமரிக்க தனது செல்வத்தை எல்லாம் செலவழித்தார்.

மரக்கன்றுகளுக்கு தண்ணீர் பாய்ச்ச நான்கு கிலோ மீட்டர் தூரத்திற்கு நடந்து சென்று தண்ணீரை சுமந்து வந்து முட்புதர்களால் வேலி அமைத்து கால்நடைகளை மேய்ச்சலில் இருந்து பாதுகாத்தார்.

8000க்கு மேற்பட்ட ஆலமரங்களை சாலையெங்கும் வளர்த்த திம்மக்காவுக்கு 2019ல் ஒரு சோதனை ஏற்பட்டது.

பாகே பள்ளி - ஹலகுரு சாலையை விரிவுபடுத்தும் பணிக்காக அவர் நட்டு வளர்த்த 385 ஆலமரங்கள் வெட்டப்படும் அபாயம் ஏற்பட்டது.

திட்டத்தை மறுபரிசீலனை செய்யுமாறு முதல்வர் எஸ்.டி.குமார சாமி மற்றும் துணை முதல்வர் ஜி. பரமேஸ்வராவிடம் திம்மக்கா கோரிக்கை விடுத்தார். இதனால் 70 ஆண்டுகள் பழமையான மரங்களை காப்பாற்ற மாற்று வழிகளைத் தேட அரசு முடிவு செய்தது.

திம்மக்கா காடு வளர்ப்பு நிகழ்ச்சிகளுக்கு தொடர்ந்து பல்வேறு இடங்களுக்கும் சென்று வருகிறார்.

தனது கணவரின் நினைவாக தனது கிராமத்தில் ஒரு மருத்துவமனை கட்ட வேண்டும் என்ற ஒரு கனவையும் கொண்டு வந்தார். அதற்காக ஒரு அறக்கட்டளை தொடங்கப்பட்டுள்ளது.

1999ல் 'திம்மக்கா மாத்து 284 மக்கள்' என்ற தலைப்பில் ஒரு ஆவணப்படம் சர்வதேச திரைப்பட விழாவில் 2000 ஆம் ஆண்டில் இடம் பெற்றது.

2016 ஆம் ஆண்டு சாலு மரதா திம்மக்கா பிரிட்டிஷ் ஒலிபரப்புக் கழகத்தால் உலகின் மிகவும் செல்வாக்கு மிக்க மற்றும் ஊக்க மளிக்கும் பெண்களில் ஒருவராக பட்டியலிடப்பட்டார்.

109 வயதான சுற்றுச்சூழல் ஆர்வலர் சாலுமரதா திம்மக்காவுக்கு தனியார் மருத்துவமனை ஒன்றில் இடுப்பு அறுவை சிகிச்சை அளிக்கப்பட்டது. அவரது வயது முதிர்ந்த நிலைதான் குணமடையும் வேகத்தை தீர்மானிக்கும் என மருத்துவமனை வட்டாரங்கள் கூறின.

பெங்களூரிலிருந்து 45 கி.மீ தொலைவில் உள்ள ஹுலிகள் மற்றும் கூதூரைச் சேர்ந்த சாலைகளில் திம்மக்கா வளர்த்த ஆலமரங்களின் வேர்கள் சாலைப் பணிகள் காரணமாக பாதிக்கப்பட்டுள்ளதால் அந்த மரங்களை காப்பாற்றுமாறு அறுவை சிகிச்சையின்போது படுக்கையில் இருந்த 109 வயது திம்மக்கா கண் கலங்க கோரிக்கை வைத்தார்.

■

7. சோலைக்காடுகள் அழிவு எதிர்த்து போர்க்குரல்!

மேற்கு தொடர்ச்சி மலைப் பாதுகாப்பு பற்றிய கஸ்தூரி ரங்கன் அறிக்கையில் மலையில் அமைந்துள்ள ஆக்கிரமிப்புகள் அகற்ற வேண்டும். மணல் குவாரிகள், சுரங்க பணிகள் தடை செய்ய வேண்டும். 20000 சதுர மீட்டர்களுக்கு மேல் கட்டுமானம் கூடாது. 50000 ஹெக்டேர்களுக்கு மேல் வீடுகள் கட்டக் கூடாது எனக் கூறிய அறிக்கையை மத்திய அரசு செய்தது.

இந்தக் குழு தனது அறிக்கையை 2013 ஏப்ரல் 15 அன்று அரசிடம் சமர்ப்பித்தது. இதனடிப்படையில் 37 சதவீதம் பகுதியை பாது காக்கப்பட்ட பகுதியாக மத்திய அரசு அறிவித்துள்ளது.

மேற்கு தொடர்ச்சி மலையில் இயற்கை சூழ்ந்த 41 சதவீத பகுதியில் 37 சதவீத பகுதியை சுலபமாக பாதிப்புக்குள்ளாகும் பகுதி என கஸ்தூரி ரங்கன்குழு வரையறுத்துள்ளது.

மூன்று மண்டலங்களாகப் பிரிக்கப்பட்டுள்ள இப்பகுதியில் முதல் மண்டலத்தில் 4156 கிராமங்கள் வருகின்றன. இதில் தமிழ்நாட்டின் கன்னியாகுமரி, நெல்லை, விருதுநகர் தேனி, திண்டுக்கல், கோவை, திருப்பூர், நீலகிரி ஆகிய எட்டு மாவட்டங்களில் 135 கிராமங்கள்

வருகின்றன. இந்தப் பகுதியில் புதிதாக பட்டா வழங்கக் கூடாது வளர்ச்சித் திட்டங்கள் எதையும் செயல்படுத்தக் கூடாது. வன நிலங்களை வேறு பணிகளுக்கு பயன்படுத்தக் கூடாது.

வனவுரிமைச் சட்டம் 2006ன் படி வனநிலங்களில் பயிர் செய்து வாழ்ந்து வரும் ஆதிவாசி மக்களுக்கு குடும்பத்துக்கு 10 ஏக்கர் வரை வழங்க வேண்டும். ஆனால் கஸ்தூரி ரங்கன் அறிக்கை அதற்கு தடை விதிக்கிறது.

தமிழ்நாட்டில் 1989ம் ஆண்டு முதல் மலைப்பகுதிகளில் பட்டா வழங்க தடைவிதிக்கப்பட்டு அமலில் உள்ளது.

●

பருவநிலை மாற்றத்தால் மேற்குத் தொடர்ச்சி மலையில் ஏற்பட்டுள்ள பாதிப்புகள் குறித்து ஆய்வு செய்யவும் புவியியல் மற்றும் சுற்றுச்சூழலை பாதுகாக்க இந்திய அரசுக்கு பரிந்துரை செய்யவும், மத்திய அரசு பேராசிரியர் மாதவ் காட்கில் தலைமை யில் 14 பேர் கொண்ட குழுவை 2010 மார்ச் 4 அன்று அமைத்தது.

இந்தக்குழு தனது அறிக்கையை 2011 ஆகஸ்ட் 30 அன்று மத்திய அரசிடம் சமர்ப்பித்தது. மத்திய சுற்றுச்சூழல் மற்றும் வனத்துறை அமைச்சகம் இந்த அறிக்கையை 2012 மே 23ம் தேதி இணைய தளத்தில் வெளியிட்டு கருத்துக்களையும், விமர்சனங்களையும் அனுப்புமாறு கேட்டுக் கொண்டது.

அரசால் பிராந்திய மொழிகளில் இவ்வறிக்கை 2014 வரை மொழி பெயர்க்கப்படவில்லை. 1700 பேர் மட்டுமே இவ்வறிக்கை தொடர் பாக தங்களுடைய கருத்துக்களை தெரிவித்துள்ளனர்.

இந்த நிலையில் மாதவ் காட்கில் அறிக்கையை திறம்பட அமல்படுத்தும் வகையில் செயல்திட்டம் ஒன்றை உருவாக்க டாக்டர் கஸ்தூரி ரங்கன் தலைமையில் 9 பேர் கொண்ட உயர் மட்டக் குழு ஒன்றை 2012 ஆகஸ்ட் 17 அன்று மத்திய அரசு அமைத்தது.

'நீங்கள் ஒவ்வொருமுறை தேநீர் பருகும் போதும் வெட்டிச் சரிக்கப்பட்ட மரங்களின் நினைவு, உங்கள் மண்டையில் பேரிடி யாய் இறங்க வேண்டும்' என்றார் நம்மாழ்வார்.

ஆம், நண்பர்களுடன் உரையாடும் போது நம்மாழ்வார், 'நம்முடைய மேற்குத் தொடர்ச்சி மலையில் உயர்ந்திருந்த நெடு மரங்களையெல்லாம் சரித்து விட்டு குட்டைத் தேயிலையையும், காபிக் கொட்டையையும் பயிரிட்டு நமக்கு பானமாக விற்றுக் கொண்டிருக்கிறார்கள்.

காடுகளைக் களைந்து விட்டு மழை வரவில்லையென புலம்பு கிறோம்' என்றார். நம்மாழ்வார் சொன்னதை உள்வாங்கிய நம் ஒவ்வொருவரும் தேநீர் பருகும் போது வெட்டிச் சரித்த மரம் இனி நம் நெஞ்சில் நிழலாகும்.

ஆற்றின் அழிவில், மணல் கொள்ளையில் நம் நுகர்வுக்கும் சம்பந்தம் இருக்கிறது என்பதை உணர்ந்து நுகர்வைக் கூடுமான வரையில் குறைத்துக் கொள்ள வேண்டும்.

இந்த மண்ணில் உள்ள வளங்கள் அனைத்தும் அரசாங்கத்துக்கு சொந்தமல்ல. மண்ணின் வளங்கள் அரசாங்கத்தின் சொத்து என அரசியல் சாசனத்தில் எங்குமே குறிப்பிடப்படவில்லை என உச்சநீதி மன்றம் மத்திய அரசுக்கு தெளிவாக எச்சரிக்கை செய்தும் இருக்கிறது.

மேற்கு தொடர்ச்சி மலைகளின் சோலைக் காடுகள் அழிவை எதிர்த்து கடைசி வரை போராடியவர் நம்மாழ்வார். சோலைக் காடுகள் இல்லை எனில் ஆறுகள் உற்பத்தி கிடையாது. சோலைக் காடு இல்லை எனில் மனிதனுக்கு சோறில்லை என்பதை தனது பிரச்சாரங்களில் வலியுறுத்தினார்.

மேற்கு தொடர்ச்சி மலை சுற்றுச்சூழல் குறித்தும் பருவகால மாற்றங்கள் குறித்தும் தாம் செல்லும் இடங்களிளெல்லாம் நம்மாழ்வார் கூறும் கருத்துக்கள் :

'நம் மாநிலத்தில் மார்ச், ஏப்ரல் மாதங்களில் இதுவரை மழை பெய்தது கிடையாது. நல்ல வெயில் அடிக்க வேண்டிய காலம். வெயில் அடிக்க வேண்டிய காலத்தில் மழை கொட்டுகிறது. இது எதைக் காட்டுகிறது என்றால் பருவ காலங்கள் மாறிப் போய் விட்டதைக் காட்டுகிறது.'

இன்னொன்றை இங்கு நான் குறிப்பிட ஆசைப்படுகிறேன். 1987ல் இயற்கை விவசாயப் பயிற்சிக்குப் போனேன். அங்கு ஒரு பெரியவர் வந்திருந்தார். சுற்றுச்சூழல் கழகத்தினுடைய தலைவர் என்னிடம் அவர் 'இனிமேல் உங்கள் நாட்டில் பருவமழையே பெய்யாதென்று' சொன்னார்.

ஏன் என்று நான் கேட்டேன்.

அதற்கு 'உங்களுடைய மேற்குத் தொடர்ச்சி மலை 3 ஆயிரம் அடி உயரத்தில் இருக்கிறது. அதில் 300 அடி உயரத்துக்கு மரங்கள் எல்லாம் இருக்கின்றன. அது அரபிக்கடலிலிருந்து வருகின்ற ஈரக் காற்றையெல்லாம் வேகமாக மாற்றி, மழையாக மாற்றி கீழே இறக்குகிறது. அந்த மழை நீரை பூமியில் இறக்கிய பிறகு ஆற்றில் நீராக ஓடுகிறது.

இப்போது அந்த மரங்களையெல்லாம் வெட்டி விட்டு, இடுப்பளவு உயரமுள்ள டீ தோட்டம் போட்டு இருக்கிறீர்கள். இன்னமும் பரவலாக போட்டுக் கொண்டிருக்கிறீர்கள். இன்னமும் அது குறையவே இல்லை.

அதற்குப் பிறகு முழங்கால் அளவு உயரத்திற்கு உருளைக்கிழங்கு செடிகளை நடுகிறீர்கள்.

ஒரு ஜான் உயரத்திற்கு முட்டைகோஸ், காலிஃபிளவர் எல்லாம் பயிர் செய்து கொண்டிருக்கிறீர்கள்.

அதனுடைய விளைவு அரபிக்கடலிலிருந்து வரக்கூடிய ஈரக்காற்றை மேகமாக மாற்ற முடியவில்லை. மழையாக மாற்ற முடியவில்லை. அப்படியே தப்பித்தவறி மழை பெய்து ஓடுகின்ற தண்ணீரைத் தடுத்து நிறுத்த முடியவில்லை. ஆகவே எங்கு பார்த்தாலும் வெள்ளம். ஆக இனி உங்களுக்கு புயல் மழைதான் வரும். பருவமழை வருவதற்கு வாய்ப்பில்லை' என்று சொன்னார் அவர்.

அவர் சொன்ன அன்றிலிருந்து தொடர்ந்து உற்றுக் கவனித்துக் கொண்டிருக்கிறேன். அதே தான் நடந்து கொண்டிருக்கிறது. நான் போகிற அத்தனை கூட்டங்களிலும் சொல்லிக் கொண்டிருக்கிறேன். நான் எழுதும் அத்தனை கட்டுரைகளிலும் எழுதிக் கொண்டு தான் இருக்கின்றேன்.

யாராவது இதை வாசித்து உணர மாட்டார்களா? தவற்றைத் திருத்திக் கொள்ள மாட்டார்களா? என்று பார்க்கிறேன். ஆனால் யாரும் யோசித்த மாதிரி தெரியவில்லை.

தொடர்ந்து காடு அழிக்கப்படுகின்ற செய்தி வந்து கொண்டுதான் இருக்கிறது. ஒரு துறை இருக்கிறது. காட்டைப் பாதுகாப்பதற் காகவே பணமெல்லாம் செலவழிக்கிறார்கள்.

அந்த நிகழ்ச்சிக்கு மந்திரிகள் எல்லாம் கூட வருகிறார்கள். ஆனாலும் அழிக்கப்படும் காடுகள் பற்றி எந்த அக்கறையும் இல்லை. இதன் மூலம் உண்டான விளைவுகளைத் தான் இன்றைக்கு நாம் சந்தித்துக் கொண்டிருக்கிறோம்.

இந்த மரங்கள் மொத்தம் இரண்டு வேலைகளைச் செய்கின்றன. ஒன்று நமக்கு உணவளிக்கிறது. நம் கால்நடைகளுக்கு உணவளிக் கிறது. இரண்டு நம்முடைய கரியமில வாயுவை உள்வாங்கிக் கொண்டு சுத்தமான காற்றாக மாற்றி திரும்ப நமக்கே அளிக்கிறது.

இன்று நாம் என்ன செய்கிறோம்? சாலையோரங்களில் இருக்கின்ற மரங்களை எல்லாம் வெட்டிச் சாய்த்து விட்டு ரோட்டை அகலப் படுத்துகிறோம். எதற்கு அகலப்படுத்துகிறோம். வண்டி வேகமாகப் போவதற்காக.

அப்போது வாகன்திலிருந்து நிறைய புகை வெளியேறப் போகிறது. அந்தப் புகையை உறிஞ்சுவதற்கு வேண்டிய மரங்கள் இல்லாமல் போய்க் கொண்டிருக்கிறது. ஏதோ இங்கு மட்டும் நடக்கின்ற நிகழ்ச்சி அல்ல. உலகம் முழுக்க நடக்கின்ற நிகழ்ச்சி. ஆனால் பாதிப்பு நமக்குத்தான் அதிகமாக இருக்கும். ஏனென்றால் தென்னிந்தியாவிலுள்ள ஐந்து மாநிலங்களில் தமிழ்நாடு தான் தண்ணீர் குறைந்த மாநிலம்.

இன்றுள்ள நிலையில் இமயமலையே உருகி ஓடி வந்து கொண்டிருக் கிறது. கங்கை ஆற்றுக்கும், காவிரி ஆற்றுக்கும் உள்ள வித்தியாசம் என்ன தெரியுமா? காவிரியில் மழை பெய்தால் தண்ணீர் வரும். கங்கையில் பனி உருகினால் தண்ணீர் வருகிறது. அதனால் அங்கு விளைச்சல் என்னவோ அதிகம் இருக்கும்.

ஆனால் இப்படியே இமயமலை உருகிக் கொண்டே போனால் நாளை கங்கையிலிருந்து தண்ணீர் வராது. இப்படியே உருகிக் கொண்டு வந்தால் வங்காள விரிகுடாவின் கடல் மட்டம் உயரும்.

கடலூர் பாதி இல்லாமல் போகும். சென்னை பாதி இல்லாமல் போகும். நாகப்பட்டினம், கன்னியாகுமரி இல்லாமல் போய்விடும். இதைக் கூட யோசிக்கக்கூடிய அளவிற்கு அந்தப் பதவியிலும் அந்தப் பொறுப்பிலும் இருப்பவர்களுக்கு அறிவில்லை. அதையெல்லா வற்றையும் தான் இவை கூட்டிக் காட்டுகின்றன.

'மணிநீரும், மண்ணும், மலையும் அணி நிழற்காடும் உடையது அரண்' என்று வள்ளுவர் கூறியிருக்கிறார்.

நம்முடைய பாதுகாப்பு என்றால் அது காடும் சேர்ந்தது தான். காடு இருந்தால் தான் தண்ணீர் வரும். தண்ணீர் இருந்தால் தான் மக்களுக்கு வாழ்க்கை இருக்கும்.

எங்கு பார்த்தாலும் தொழிற்சாலைகள், ஆற்றங்கரையெல்லாம் தொழிற்சாலைகள், ஆற்றங்கரையில் இருக்கும் தொழிற்சாலைகள் என்ன செய்கின்றன?

ஆற்றில் இருக்கின்ற நீரை தொழிற்சாலையின் உள்ளே இழுத்துக் கொள்கின்றன. மறுபடியும் தன்னுடைய கழிவுநீரையெல்லாம் ஆற்றினுள் விடுகின்றன. இந்தக் கொடுமை எந்த மந்திரிக்கு தெரியாது கூறுங்கள்? எதிர்க்கட்சியாக இருக்கும் போது தெரிகிறது. ஆளுங் கட்சியாக மாறியபின் தெரிவதில்லை.

குடியாட்சி நாட்டில் குற்றங்களை தடுத்து நிறுத்துவதற்கு மக்களுக்கு மட்டும் தான் அதிகாரம் இருக்கிறது. மக்கள் இதைப் புரிந்து கொண்டார்கள் என்றார் தடுத்து நிறுத்துவார்கள். நம்முடைய வேலை அங்குதான் இருக்கிறது என்கிறார் நம்மாழ்வார்.

■

8. பருவநிலை மாற்றத்தால் பாதிக்கப்படும் நாடுகள்

பருவநிலை மாற்றத்துடன் தொடர்புடைய இயற்கைப் பேரிடர் களால் பாதிக்கப்படுவதற்கு அதிக ஆபத்துள்ள 15 நாடுகளில் ஒன்பது நாடுகள் தீவுகளாக இருக்கும் என்று புதிய ஓர் ஆய்வில் தெரிய வந்துள்ளது.

172 நாடுகளில் பூகம்பங்கள், சுனாமிகள், சூறாவளிகள், வெள்ளம் ஆகிய பாதிப்புகள் ஏற்படுவதற்கான வாய்ப்புகள் குறித்து 2018 உலக ஆபத்து சூழ்நிலை அறிக்கை பகுப்பாய்வு செய்து அவற்றை எதிர் கொள்வதற்கு அந்த நாடுகளுக்கு உள்ள திறமை குறித்து மதிப்பீடு செய்துள்ளது.

ஜெர்மனியில் போச்சும் பகுதியில் உள்ள ருஹர் பல்கலைக்கழகமும், ஜெர்மனி மனிதாபிமான என்.ஜி.ஓ.க்களின் கூட்டமைப்பான வளர்ச்சி உதவிகள் கூட்டமைப்பும் இந்த ஆய்வை நடத்தியுள்ளன.

நான்கு குழந்தைகளில் ஒருவர் பேரழிவுகளால் பாதிக்கப்படு கின்றனர். குறிப்பாக குழந்தைகளின் பரிதாபகரமான நிலை பற்றி ஆராய்ச்சியாளர்கள் சிறப்பம்சமாக குறிப்பிட்டுள்ளனர்.

அவர்களுடைய புள்ளி விவரங்களின்படி உலகம் முழுக்க நான்கு குழந்தைகளில் ஒருவர் பேரழிவுகளால் பாதிக்கப்படும் ஆபத்து உள்ள பகுதிகளில் வாழ்கின்றனர்.

மேலும் 2017ல் மோதல் அல்லது இயற்கைப் பேரழிவு காரணமாக குடிபெயர்ந்த மக்களில் பாதிக்கும் மேற்பட்டவர்கள் 18 வயதுக்கும் கீழ் உள்ளவர்கள் என்று ஐ.நா. விவரங்கள் தெரிவிக்கின்றன.

இந்தப் பட்டியலில் தீவுகள் முதல் வரிசையை பிடித்துள்ளன. ஏனெனில், கடல்மட்டம் உயர்வது உள்ளிட்ட பருவநிலை நிகழ்வுகளால் ஆபத்துகளை எதிர்கொள்ளும் வாய்ப்பு தீவுகளுக்கு அதிகமாக உள்ளது.

தெற்கு பசிபிக் கடலில் உள்ள மிகச் சிறிய வனுவாட்டு தீவு உலகில் மிக அதிக ஆபத்து வாய்ப்புள்ள நாடாகக் கருதப்படுகிறது. அருகில் உள்ள டோங்கா தீவு அடுத்த இடத்தில் உள்ளது.

அதிகம் பாதிக்கப்படும் ஆப்ரிக்க நாடுகள் :

104 மில்லியன் மக்கள் வாழும் பிலிப்பின்ஸ் தீவுகள் கூட்டம் மூன்றாவது இடத்தில் உள்ளது. ஓசியானியா பகுதி ஒட்டு மொத்தமாக மிகவும் ஆபத்துக்குள்ளாகும் பகுதியாக இருக்கும் என்று ஜெர்மன் ஆராய்ச்சியாளர்கள் கூறியுள்ளனர்.

இயற்கைப் பேரிடரால் பாதிக்கப்படும் முதல்வரிசை பட்டியலில் உள்ள 50 நாடுகளில், ஆப்பிரிக்க நாடுகள் நிறைய இடம் பெற்றுள்ளன. அது மட்டுமின்றி, பேரிடர்களால் அதிக அளவில் 'சமூக பாதிப்பு' ஏற்படும் 15 நாடுகளில் 13 நாடுகள் இந்தப் பகுதியில் உள்ளன. கத்தார் நாடுகள் மிகக் குறைந்த அளவுக்கு ஆபத்து வாய்ப்பு கொண்டது என்று அறிக்கையில் தெரிவிக்கப்பட்டுள்ளது.

சமூக ஆபத்து நிலை :

ஐரோப்பிய நாடுகளில் இளவேனில் மற்றும் கோடைக்காலங்களில் வெப்பக் காற்று வீசுவதால் வறட்சி ஏற்பட்டு, நேரடியாக வேளாண்மை பாதிக்கப்பட்ட போது அந்த நாடுகள் அதை எதிர் கொண்ட விதத்தை ஆக்கபூர்வ உதாரணமாக எடுத்துக் கொண்டு,

தீவிர இயற்கைப் பேரிடர்களை சமாளிக்க முன்னெச்சரிக்கை நடவடிக்கைகள் எடுக்க வேண்டியதன் அவசியத்தை ஆராய்ச்சியாளர்கள் வலியுறுத்தியுள்ளனர்.

'ஒப்பீட்டு அடிப்படையில் வறட்சியால் பாதிக்கப்படுவதற்கு ஆபத்து குறைவாக உள்ள நாடுகளில் பேரிழிவு நிகழ்வதில்லை' என்கிறார் ருஹர் பல்கலைக்கழகம்.

இயற்கைப் பேரிடர் நிகழ்வதற்கான வாய்ப்பை மட்டும் கணக்கில் கொண்டு, ஆபத்துக் குறியீடு கணக்கிடப்படுவதில்லை. விதிமுறைகள் உருவாக்குதல் வறுமை நிலைகள் மற்றும் நெருக்கடி வந்தால் சமாளிப்பதற்கான திட்டங்கள் என எந்த அளவுக்கு ஒரு நாடு தயாராக இருக்கிறது என்பது கணக்கில் எடுத்துக் கொள்ளப்படுகிறது.

பூகம்பங்கள் அடிக்கடி தாக்கும் ஜப்பான் மற்றும் சிலி போன்ற நாடுகள், அதிக ஆபத்து வாய்ப்புள்ள 20 நாடுகளின் பட்டியலில் ஏன் இடம் பெறவில்லை என்பதை விளக்குவதாக இது உள்ளது.

அல்லது காலம் காலமாக கடல் மட்டம் உயர்வு பிரச்சனையை சந்தித்து வந்த ஹாலந்து ஏன் 65வது இடத்தில் உள்ளது என்பதற்கும் இது தான் காரணம்.

'இந்த நாடுகள் இயற்கை இடர் நிகழ்வுகளின் போது ஆபத்துகளை குறைந்தபட்ச அளவிற்குள் கட்டுப்படுத்திவிடும் என்பது மட்டுமின்றி, இவை அதிக பாதிப்பு பட்டியலில் இல்லாமல் உள்ளன' என்று அறிக்கை தெரிவிக்கிறது.

எகிப்து போன்ற மற்ற நாடுகள், பேரிடர் பாதிப்புக்கு குறைந்த வாய்ப்பே உள்ள நிலையிலும், சமூக அளவில் பாதிப்புகள் ஏற்படும் என தெரிகிறது. இந்த ஆப்பிரிக்க நாடு இந்தப் பட்டியலில் 166வது இடத்தில் தான் உள்ளது. ஆனால் ஆபத்து வாய்ப்புகள் மற்றும் அதைக் கையாளும் திறன்களைப் பொருத்தவரை ஜப்பானைவிட குறைந்த புள்ளிகள் தான் பெற்றிருக்கிறது.

'பருநிலையைப் பொருத்த வரை, 2018ஆம் ஆண்டு விழிப்பை ஏற்படுத்தி ஆண்டாக உள்ளது. தீவிர இயற்கை நிகழ்வுகளை எதிர் கொள்ள ஆயத்த நிலையில் இருப்பது முக்கியம் என்பது மீண்டும்

வெளிப்படையாக தெரிந்துள்ளது' என்கிறார் வளர்ச்சி உதவிகள் கூட்டமைப்பின் தலைமை பெண் நிர்வாகியான ஏஞ்சலிகா போஹலிங்.

புவி வெப்பமயமாதல் உலகில் பேரழிவை ஏற்படுத்தும் என்று விஞ்ஞானிகள் கூறுகின்றனர்.

மனிதர்களின் செயல்பாடுகளின் காரணமாக கரியமில வாயு வெளியேற்றம் அதிகரித்து, அதன் காரணமாக புவியின் வெப்ப நிலையும் அதிகரித்துள்ளது. இதைத் தொடர்ந்து அதீத வானிலை மாற்றம் துருவ பகுதிகளில் உள்ள பனிப்பாறைகள் உருகுதல் உள்ளிட்ட மோசமான மாற்றங்கள் நிலவி வருகின்றன.

பூமியின் சராசரி வெப்பநிலை 15 டிகிரி செல்சியஸ் ஆனால் அது கடந்த காலங்களில் குறைவாகவும் அதிகமாகவும் இருந்து வந்துள்ளது.

பருவநிலையில் இயற்கையாகவே மாற்றங்கள் இருந்து வந்தாலும் சமீபத்திய ஆண்டுகளில் பூமியின் வெப்பநிலை முன்னெப்போது மில்லாத வகையில் வேகமாக உயர்ந்து வருவதாக விஞ்ஞானிகள் தெரிவிக்கின்றனர்.

சூரியனின் ஆற்றலில் குறிப்பிட்ட பங்கை பூமியின் வளிமண்டலம் எவ்வாறு உட்கிரகித்துக் கொள்கிறது என்பதை விளக்கும் பசுமை இல்ல விளைவுடன் இது இணைத்துப் பார்க்கப்படுகிறது.

பூமியின் நிலப்பரப்பிலிருந்து மீண்டும் விண்வெளிக்கு திரும்ப அனுப்பப்படும் சூரியினின் ஆற்றல் பூமியின வளிமண்டலத்தில் உள்ள பசுமை இல்ல வாயுக்களால் உறிஞ்சப்பட்டு அனைத்து திசை களிலும் மீண்டும் உமிழப்படுகிறது.

இதன் காரணமாக பூமியின் வளிமண்டலத்தை ஒட்டிய பகுதிகள் மட்டுமின்றி, பூமியிலுள்ள நிலப்பரப்பின் வெப்பநிலையும் அதிகரிக் கிறது. இந்த செயல்முறை மட்டும் தொடர்ந்து நடைபெறவில்லை என்றால் பூமியின் வெப்பநிலையில் கடும் வீழ்ச்சி ஏற்பட்டு மனிதர்கள் உள்ளிட்ட உயிரினங்கள் எதுவும் வாழ முடியாத சூழ்நிலை ஏற்படும்.

இயற்கையாக சூரிய ஆற்றலைக் கொண்டு பூமியின் வளி மண்டலத்தில் நடக்கும் செயல்முறையோடு, பூமியின் நிலப்பரப்பில் இருந்து தொழிற்சாலைகள் மற்றும் விவசாயத்தின் மூலம் வெளி யிடப்படும் வாயுக்களும் கூடுதலாக இணைந்து அதிக அளவிலான ஆற்றல், பசுமை இல்ல விளைவின்போது சிதறடிக்கப்படுவதால் பூமியின் வெப்பநிலை உயருவதாக விஞ்ஞானிகள் நம்புகின்றனர்.

மேற்காணும் இந்த அசாதரணமான மாற்றத்தையே பருவநிலை மாற்றம் அல்லது புவி வெப்பமயமாதல் என்று குறிப்பிடுகிறார்கள்.

வெப்பமயமாதலில் மிகப் பெரிய தாக்கத்தை ஏற்படுத்துவது நீராவிதான். எனினும் அது வளிமண்டலத்தில் சில நாட்கள் மட்டுமே நிலைத்திருக்கும். ஆனால் கரியமிலவாயு மிக நீண்ட காலத்திற்கு வளிமண்டலத்தில் தங்கியிருக்கும் தொழில்துறைக்கு முந்தைய காலகட்டத்தில் இருந்தது போன்ற நிலைக்கு பூமியின் வளி மண்டலம் திரும்புவதற்கு நூற்றுக்கணக்கான ஆண்டுகள் ஆகும்.

அதுவும் இந்த மாற்றத்திற்கு பெருங்கடல்கள் போன்ற இயற்கை நீரியல் அமைப்புகளால் மட்டுமே வித்திட முடியும்.

மனிதர்களால் ஏற்படுத்தப்படும் கரியல வாயுக்களை உறிஞ்சக்கூடிய பூமியிலுள்ள காடுகள் அழிக்கப்படும் போது, அவற்றில் ஏற்கனவே உட்கிரகிக்கப்பட்டிருந்த கார்பனும் வெளியிடப்பட்டு அது புவி வெப்பமயமாதலுக்கு வழிவகுக்கிறது.

தொழிற்புரட்சி தொடங்கிய 1750களில் இருந்து, இதுவரை 30 சதவீதத்துக்கும் அதிகமாக கரியமில வாயுவின் அளவு அதிகரித் துள்ளது.

கடந்த எட்டு லட்சம் ஆண்டுகளில் இல்லாத அளவுக்கு தற்போது கரியமில வாயுக்களின் செறிவு வளிமண்டலத்தில் அதிகரித்துள்ளது.

மற்ற பசுமை இல்ல வாயுக்களான மீத்தேன், நைட்ரஸ் ஆக்ஸைடு உள்ளிட்டவையும் மனிதர்களின் செயல்பாடுகளின் காரணமாக அதிக அளவில் வெளியிடப்பட்டு வந்தாலும், கரியமில வாயுவுடன் ஒப்பிடும்போது அது மிகவும் குறைவே.

தொழிற்புரட்சி பரவலாவதற்கு முன்னதாக இருந்ததை விட தற்போது பூமியின் வெப்பநிலை ஒரு டிகிரி செல்சியஸ் அதிகரித்துள்ளதாக உலக வானிலை மையம் கூறுகிறது.

பூமியின் மிகவும் வெப்பம மிக்க ஆண்டுகளின் பட்டியலில் முதல் 20 இடங்களை, கடந்த 22 ஆண்டுகளுக்கு இடைப்பட்ட ஆண்டுகள் ஆக்கிரமித்துள்ளன. 2015 முதல் 2018 வரையிலான நான்கு ஆண்டுகளும் அதில் அடக்கம்.

2005 முதல் 2015 வரையிலான பத்தாண்டு காலத்தில் உலகம் முழுவதும் கடல் நீரின் மட்டம் சராசரியாக ஆண்டுக்கு 3.6 மில்லி மீட்டர் என்ற கணக்கில் அதிகரித்துள்ளது.

நீரின் வெப்பநிலை அதிகரிக்க, அதிகரிக்க அதன் பரும அளவு அதிகரிப்பதே இது போன்ற மாற்றங்களுக்கு மிகப் பெரிய காரணமாக உள்ளது. இருப்பினும், பனிப்பாறைகள் உருகுவதே கடல்நீர் மட்ட உயர்வுக்கு முக்கிய காரணமாக தற்போது பார்க்கப்படுகிறது. துருவ பகுதிகள் மற்றும் அதை ஒட்டிய பகுதியிலுள்ள பனிப்பாறைகள் அதிக அளவில் உருகி வருகின்றன.

1979 முதல் இது வரையிலான காலகட்டத்தில் துருவ பகுதியில் உள்ள கடலில் உள்ள பனிப்பாறைகளின் இருப்பில் கடுமையான வீழ்ச்சி காணப்படுகிறது.

மேற்கு அண்டார்டிக்காவில் பனிக்கட்டிகள் உருகி வருவதையும் செயற்கைகோள் தரவு காட்டுகிறது. சமீபத்திய ஆய்வில் கிழக்கு அண்டார்டிகாவும் தனது பனிப்பாறைகளை இழக்கத்தொடங்கி இருக்கலாம் என்று சுட்டிக் காட்டப்பட்டுள்ளது.

■

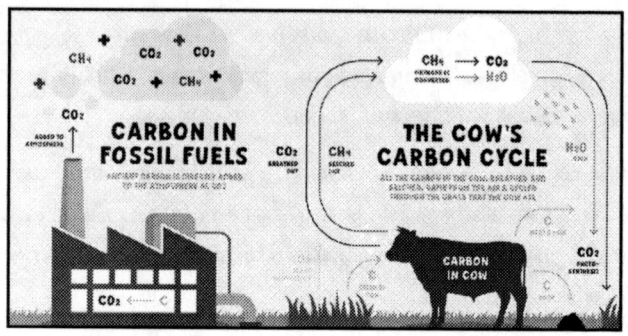

9. மீத்தேனை உற்பத்தி செய்யுங்கள்

மீத்தேன் வாயு என்பது எரிவாயு மற்றும் மின் உற்பத்திக்குப் பயன்படுகிறது. இது பல்வேறு வடிவங்களில் நமக்குக் கிடைக்கிறது.

சாண எரிவாயு கூட மீத்தேன் தான். பூமிக்கு மேலே கழிவுப் பொருட்களில் இருந்து மீத்தேன் கிடைக்கிறது. பூமிக்கு அடியில் பாறைபரப்பில் மீத்தேன் இருக்கிறது.

அப்படி நாகை, திருவாரூர், தஞ்சாவூர் ஆகிய மாவட்டங்களின் நிலப்பகுதியின் கீழ் ஏராளமான மீத்தேன் வாயு உள்ளதாகவும் அதை எடுத்து மின் உற்பத்தி செய்யப் போவதாகவும் சொன்னது மத்திய அரசு.

இதற்கான ஒப்பந்தம் ஹரியானாவில் பதிவு செய்யப்பட்ட கிரேட் ஈஸ்டர்ன் எனர்ஜி கார்ப்பரேஷன் லிமிடெட் என்ற நிறுவனத்துக்கு வழங்கப்பட்டது. ஒப்பந்தம் நூறு ஆண்டுகளுக்கு போடப்பட்டது.

பாகூர் தொடங்கி ராஜமன்னார்குடி வரையிலும் உள்ள 1,64,819 ஏக்கர் நிலப்பரப்பில் பரந்து விரிய இருக்கும் திட்டம் இது. இந்த நிலப்பரப்பின் கீழ் சுமார் 6.25 லட்சம் கோடி ரூபாய் மதிப்புள்ள

மீத்தேன் வாயு இருப்பதாக கூறப்பட்டுள்ளது. மீத்தேன் எடுப்பது மட்டுமே நோக்கமல்ல, அதற்கும் மேலாக இந்த நிறுவனங்களிடையே பிரமாண்டமான ரகசிய நோக்கங்கள் இருக்கின்றன.

காவிரிப் படுகையின் கீழே மாபெரும் நிலக்கரிச் சுரங்கத்தைக் கண்டறிந்துள்ளனர். முதல் 35 ஆண்டுகளுக்கு மட்டும் தான் மீத்தேன் வாயு. அதைத் தொடர்ந்து மீதம் உள்ள ஆண்டுகளுக்கு நிலக்கரியைத் தான் அகழ்ந்து எடுக்க இருக்கிறார்கள்.

இவை அனைத்தும் கிரேட் ஈஸ்டர்ன் நிறுவனத்தின் இணைய தளத்தில் குறிப்பிடப்பட்டுள்ள செய்திகள். ஆனால் செய்திகளில் மீத்தேன் மட்டுமே முன்னிலைப்படுத்தப்படுகிறது.

நிலக்கரிச் சுரங்கத்தின் பாறை இடுக்குகளில் உள்ள மீத்தேன் எரிவாயுவை எடுக்கவில்லை என்றால் தீ விபத்து ஏற்படுகிறது. இது நிலக்கரி அகழ்வை தாமதப்படுத்தி லாபத்தைக் குறைக்கிறது.

இதை நிறுவனங்கள் தங்கள் சொந்த அனுபவத்தில் உணர்ந்துள்ளன. ஆகவே இருக்கும் மீத்தேன் எரிவாயுவை எடுத்தால் தான் தங்கு தடையின்றி நிலக்கரியை எடுக்க முடியும்.

நாம் வயல்களில் போர்வெல் அமைப்பது போல மீத்தேன் எடுத்து விட முடியாது. அதற்கு பூமிக்கும் கீழ் உள்ள பாறைப்பரப்பை உடைக்க வேண்டும்.

பூமியின் உள்ளே கிலோ மீட்டர் கணக்கில் துளையிட்டு வேதிக் கரைசல்களை உயர் அழுத்தத்தில் செலுத்தி பாறைகளை உடைக்க வேண்டும். இதற்கு நீரியல் விரிசல் முறை என்று பெயர்.

இதற்கு முன்பாக அந்த இடத்தில் நிலத்தடி நீரை முற்றிலும் வெளியேற்றினால் தான் திட்டத்தையே செயல்படுத்த முடியும்.

நிலத்தடி நீரை வெளியேற்றி விட்டால் அப்புறம் என்ன இருக்கிறது? 35 ஆண்டுகள் இவர்கள் மீத்தேன் எடுத்து முடிப்பதற்குள் இந்தப் பகுதியின் நிலத்தடி நீர்வளம் நாசமாக்கப்பட்டு பூமியின் கீழ் ரசாயனக் கழிவுகள் செலுத்தப்பட்டு பூமியின் மேலே நிலம் நஞ்சாகி விடும்.

மக்கள் வேறு வழியே இல்லாமல் நிலங்களை பாதி விலைக்கு விற்று விட்டு வெளியேறுவார்கள். பிறகு பெரிய எதிர்ப்புகள் எதுவும் இல்லாமல் நிலக்கரிச் சுரங்கம் தோண்டுவார்கள். இதுதான் அவர்களின் திட்டம்!

உடனடித் திட்டம் மீத்தேன் என்பதால் அதன் பெயரை மட்டும் வெளியில் சொல்கின்றனர்.

அரசும் நிறுவனங்களும் பிணம் தின்னிக் கழுகுகளைப் போல காவிரிப் பாசனப் பகுதிகளில் இருக்கும் மதிப்பிட முடியாத பண மதிப்புக் கொண்ட நிலக்கரிக்காக வலம் வந்து கொண்டிருக்கின்றன. அவர்களின் நயவஞ்சகத்தையும் இந்தத் திட்டத்தின் பிரம்மாண்டத்தையும் நாம் புரிந்து கொள்ள வேண்டும்.

அமெரிக்கா, கனடா, ஆஸ்திரேலியா உள்ளிட்ட சில நாடுகளில் மீத்தேன் வாயு எடுக்கின்றனர். ஆனால் இந்த நாடுகள் அனைத்துமே மக்கள் அடர்த்தி குறைவு. அப்படிப்பட்ட இடங்களில் அவர்கள் மீத்தேன் வாயுவை எடுக்கின்றனர். ஆனால் காவிரி டெல்டாவில் ஊரும் வயல்வெளியும் இணைந்தே இருக்கின்றன.

தற்போது ஒப்பந்தம் செய்துள்ள கிரேட் ஈஸ்டர்ன் நிறுவனம் காவிரிப் படுகையை அமெரிக்காவின் பவுடர் ரிவர் பேசின் என்ற பகுதியின் மீத்தேன் படுகையுடன் ஒப்பிட்டுள்ளது.

அங்கு என்ன நிலை என்றால் மீத்தேன் வாயுத் திட்டம் வந்த பிறகு நிலத்தடி நீர் அகல பாதாளத்திற்கு சென்று விட்டது. நிலப்பகுதி கடுமையான சூழல் கேடுகளுக்கு ஆளாகியுள்ளது.

புதிய நோய்கள் மக்களைத் தாக்குகின்றன. வீட்டின் தண்ணீர் குழாயில் மீத்தேன் வாயுவும் சேர்ந்து வருகிறது. தண்ணீரை பற்ற வைத்தால் எரிகிறது. ஏராளமான திடீர் விபத்துக்கள் நடை பெற்றுள்ளன. இந்தத் திட்டத்தை உடனே நிறுத்த வேண்டும் என்று அந்தப் பகுதி மக்கள் போராடி வருகின்றனர்.

தமிழ்நாட்டைப் பொறுத்தமட்டில் ஏற்கனவே நிலத்தரகர்கள் மூலமாக வேறு வேறு பெயர்களில் வாங்கிய நிலங்களில் திடீர் திடீர் என வந்து குழாய் பதிக்கிறார்கள்.

மூன்றடி விட்டம் உள்ள குழாயை 60 அடி ஆழத்துக்கும் கீழ் சில இடங்களில் 500 அடி ஆழத்துக்கும் பதிக்கிறார்கள்.

வேதாரணயம் அருகே 1000 அடிக்கும் மேல் குழாய்கள் பதிக்கப்பட்டுள்ளன. எதுவும் வெளிப்படையாக அறிவிக்கப்படாமல் ரகசியமாகவே இந்தப் பணிகள் நடைபெற்று வருகின்றன.

அதே சமயம் இந்தத் திட்டம் குறித்து அபாயம் பற்றிய விழிப்பு உணர்வும் மக்களிடையே வேகமாகப் பரவி வருகிறது.

இந்தத் திட்டத்துக்காக 2000க்கும் மேற்பட்ட இடங்களில் கிணறுகள் அமைத்து அகழ்வுப் பணிகள் ஆங்காங்கே நடைபெற்று வருகின்றன. எந்தப் பக்கம் திரும்பினாலும் இந்தத் திட்டத்தின் செயல்பாடுகள் மட்டுமே நிறைந்திருக்கும்.

மீத்தேன் வாயுக் குழாய்கள் குறுக்கும் நெடுக்குமாக வயல்வெளிகளில் பாய்ந்தோடும் இதற்காக ஒவ்வோர் இடத்திலும் ஒரு ஏக்கர், ஐந்து ஏக்கர் என்று இடத்துக்கு தகுந்தாற் போல நிலங்களை வாங்கியுள்ளனர்.

பன்னாட்டு நிறுவனங்களின் வேட்டைக்காடாக மீத்தேன் வாயு எடுக்க தங்கள் சொந்த ஊர்களைக் கூட திறந்து விடுவதால் நம் நாட்டு அரசியல்வாதிகளுக்கு எந்தவித ஆட்சேபனையும் தயக்கமும் இல்லை.

ஆனால் உழவர்களைப் பொறுத்த மட்டில் இது வாழ்வா சாவா? போராட்டம். இதில் விட்டுக் கொடுத்தால் அனாதைகளாகப் பஞ்சம் பிழைக்க ஊர் ஊராகத் திரிய வேண்டி வரும்.

வண்டல் மண்ணின் வாசம் நிறைந்த மருத நிலத்தின் உழவர்கள், தங்களின் பல்லாயிரம் ஆண்டுகால விவசாயப் பாரம்பரியத்தின் தொடர்ச்சியை தக்க வைக்க நடத்த வேண்டிய இறுதிப் போராக இது உள்ளது.

இந்த திட்டத்தை தடுத்து நிறுத்துவோம் என்பதை ஒரு வாக்குறுதியாக கொடுத்து ஓட்டு வாங்க நினைக்கும் அரசியல்வாதிகளைப் புறக்கணிக்க வேண்டும்.

கிராமசபைக் கூட்டத்தில் 'எங்கள் கிராம எல்லைக்குள் இந்த திட்டத்தை அனுமதிக்க மாட்டோம் என்று தீர்மானம் நிறைவேற்ற வேண்டும்.'

கனரக இயந்திரங்கள் குழாய் அமைக்க வரும் போது அவர்கள் யார்? நோக்கம் என்ன? என்று விசாரிக்க வேண்டும். ஒரு வேளை சரியான தகவல் தெரிவிக்காமல் குழாய் அமைத்தால் மக்களைத் திரட்டி முடக்க வேண்டும்.

மீத்தேன் திட்ட எதிர்ப்புக் கூட்டமைப்பு மற்றும் பல்வேறு அமைப்புகள் சார்பில் டெல்டா பகுதிக் கிராமங்களில் தொடர்ச்சியான விழிப்புணர்வு பிரச்சாரங்கள் மேற்கொள்ளப்பட்டு வருகின்றனர்.

மீத்தேன் திட்டத்தைப் பொறுத்த வரையில் பரவலாக ஆயிரக் கணக்கான இடங்களில் இந்தத் திட்டத்தை செயல்படுத்தியாக வேண்டும். அந்தப் பகுதி மக்களின் எழுச்சி இல்லாமல் இதை முறியடிக்க முடியாது.

இயற்கை வேளாண் விஞ்ஞானி நம்மாழ்வார் உயிருடன் இருந்த போது தனது கடைசி நாட்களை மீத்தேன் திட்ட எதிர்ப்பில் தான் செலவிட்டார். பல ஊர்களில் அவரது தலைமையில் மக்கள் குழாய்களைப் பிடுங்கி எறிந்தனர். இப்போதும் அது தொடர்கிறது.

கற்பனைக்கும் அப்பாற்பட்ட பிரம்மாண்ட பரப்பளவில் அறிவிக்கப்பட்டுள்ள மீத்தேன் வாயுத் திட்டம் தமிழகத்தின் நெற்களஞ்சியத்தைக் காவு வாங்கக் காத்திருக்கிறது.

தாழடி, குருவை, சம்பா என்று பட்டம் பார்த்து வெள்ளாமை செய்த உழவர்கள் இன்று இருக்கும் நிலம் பறிபோகுமோ, ஊரைவிட்டு துரத்தி அடிப்பார்களோ என்று பதைபதைத்துக் கொண்டிருக்கிறார்கள்.

'விவசாயிகள் அனைவரும் அரசியல் பழக வேண்டும். போராட வேண்டும்' என்று விரும்பினார் நம்மாழ்வார். 'விவசாயிகள் நம் வாழ்வில் தான் சமூகத்தின் எதிர்காலம் இருக்கிறது. அதனால் அவர்கள் நலனுக்காகத் தமிழ்ச் சமூகம் உடன் நிற்க வேண்டும்' என்று பேசினார்.

'காவிரிதான் எங்கள் வாழ்வு. காவிரிதான் எங்கள் வளம். காவிரி தான் எங்கள் நாகரீகம்' என்று முழங்கியவர் சுற்றுச்சூழல் சுடரொளி நம்மாழ்வார்.

தமிழகத்தின் வேளாண் திசை வழிகாட்டியாக, இளைஞர்களை சூழலியலுக்காக போராட வைத்த ஊக்கியாக இருந்த நம்மாழ்வார் நெடுவாசல் ஹைட்ரோ கார்பன் போராட்டத்தின் போது கூறிய வார்த்தைகள் காவிரி மீது அவர் கொண்டிருந்த மட்டில்லா காதலை வெளிப்படுத்தியது.

காவிரி பாசனப் பகுதிதான் தமிழ்நாட்டுல இருக்கிற அத்தனை பேருக்கும் சோறு போடுது. வீர நாராயணம் ஏரியில் காவிரித் தண்ணியை நிரப்பி அங்கிருந்து தான் சென்னையிலே இருக்கிறவன் தண்ணி குடிக்கிறான்.

கூட்டுக்குடிநீர் திட்டம்னு சொல்லி திருப்பூர்ல இருக்கிறவன் காவிரித் தண்ணி குடிக்கிறான். ராமநாதபுரத்தில் இருக்கிறவன் காவிரி தண்ணி குடிக்கிறான். மொத்தம் தமிழ்நாட்டுல இருக்கற மக்கள் தொகையில் மூணுல ரெண்டு பேரு காவிரிப்படுகையில வாழ்க்கை நடத்திட்டிருக்காங்க.

இது இவங்களுக்கு பிசினஸ் எல்லாம் கிடையாது. பிசினசா இருந்தா இதை விட்டுட்டு என்னைக்கோ ஓடியிருப்பாங்க. தங்களோட தேவையைக் குறைச்சுக்கிட்டு வீட்டுக்குத் தேவையானதை அதுல செஞ்சிக்கிட்டு காலம் தள்ளிட்டிருக்காங்க.

மீத்தேன் எடுக்கற திட்டம் தஞ்சாவூர், திருவாரூர் பிரச்சனை இல்ல. தமிழ்நாட்டு பிரச்சனை. இந்த திட்டம் வந்தா தமிழ்நாடே சோறு இல்லாம, தண்ணி இல்லாம சுருண்டு பாலைவனமாப் போய்விடும்.

தம் வாழ்நாளெல்லாம் சுற்றுச்சூழலுக்காக போராடிய நம்மாழ்வார் மீத்தேன் போராட்டக்களத்தில் ஆற்றிய இறுதி உரை இருக்கிறது.

நம்மில் பெரும்பாலானோர் புரிந்து கொண்டது போல நம்மாழ்வார் மீத்தேனை எதிர்க்கவில்லை. இன்னும் சொல்லப் போனால் மீத்தேன் வேண்டுமென்றார். நம்மாழ்வார் கூறும்போது 'இருக்கின்ற

மீத்தேன் வாயுவை எடுக்கிறீர்கள். அதைப் புதிதாக உற்பத்தி செய்யுங்கள்' என்றார்.

அதை எப்படி உற்பத்தி செய்ய வேண்டுமென்ற வழிகளையும் தனது இறுதி உரையில் எளிமையாக எடுத்துச் சொன்னார்.

'எல்லார் வீட்லயும் மாடு இருக்குது. எல்லார் வீட்டிலேயும் சாணி போடத்தான் செய்யும். சாணியோட தான் பழகிட்டிருக்கோம். காயம்பட்டதுனா அதுல சாணியை எடுத்துத் தடவுனா ரத்தம் ஓடுறது நின்னு போகுது. சாணி மருந்தாவே இருக்குது. இந்த சாணியைப் புடிச்சு அருகம்புல் சொருகுனோம்னா அது கடவுளாவே ஆகிப்போச்சு.

ஒவ்வோர் ஐந்தாண்டுத் திட்டத்துலயும் வீடுகளுக்குப் பின்னால் சாண எரிவாயுக்கலன் போட்டுட்டே இருந்தாங்கன்னா எல்லோருக்கும் மீத்தேன் வந்திரும். அது இப்படிப் பூமியில துளைச்சு எடுக்கறதை விட மிக அதிகமா இருக்கும்.

ஆனால் இதை எந்த அரசுகளும் விரும்பறதில்லை. விரும்பவும் செய்யாது. ஏனெனில் இந்தத் திட்டம் எளிமையானது. சாமானிய மக்கள் தன்னிறைவடைவது.

அரசுகள் எளிமைகளையும், உண்மைகளையும் மக்கள் தன்னிறைவாகுவதையும் எப்போதும் விரும்புவதில்லை. எளிமையிலிருநதும் உண்மையிலிருந்தும் பெரும் பணம் பண்ண முடியாது என்பது பெரும் நிறுவனங்களின் நலனை மட்டுமே விரும்பும் நம் அரசியல் வாதிகளுக்கும், அதிகாரிகளுக்கும் நன்கு தெரியும்.

அவர்கள் இந்த எளிய திட்டத்தை உதாசீனம் செய்தார்கள். செய்கிறார்கள். அதனால் தான் மக்கள் போராட்டத்துக்குப் பின்னும், நெடுவாசலைத் தாரை வார்க்கத் துடிக்கிறார்கள். ஹைட்ரோ கார்பன் திட்டத்துக்காக கையெழுத்திடுகிறார்கள்' என்றார் நம்மாழ்வார்.

மக்களுக்காக உழைக்கும்போது எதிர்வரும் துயரங்களைப் புறந்தள்ளி முன்னேறிச் செல்கின்ற போராளியாகவே நம்மாழ்வார் திகழ்ந்தார்.

நெடுவாசலில் நிகழ்த்திய அவரது கடைசி உரையின் போது கூட அவரது உடலில் ஏற்பட்டிருந்த துன்பத்தை கண்டு கொள்ளாமல் தான் பேசிக் கொண்டிருந்தார்.

அவருடைய முதுகில் இருந்த கட்டி உடைந்து ரத்தமாக வழிந்தது. ஆனால் அதைப் பொருட்படுத்தாமல் தான் மக்கள் நலனுக்காக தன் உரையை உரக்க கூறிக் கொண்டிருந்தார்.

'பூமி அனைவரின் தேவைகளுக்கும் போதுமானது. ஆனால் ஒரு சிலரின் பேராசைக்கு அல்ல' என்று ஒரு நூற்றாண்டுக்கு முன்பே காந்தி நினைவூட்டுகிறார்.

ஐசாவாஸ்ய உபநிஷத்தின் முதல் மந்திரம் பிரபஞ்சமும், பூமியும் தெய்வீகத்தால் ஊடுருவி அனைத்து உயிரினங்களின் நன்மைக்காக வும் கூறுகிறது. உடைமை மற்றும் சுரண்டலின் பேராசையால் அல்ல, துறப்பதன் மூலம் பூமியின் பரிசுகளை நாம் அனுபவிக்க வேண்டும். நமது தேவைகளை நிறைவேற்ற நமது பங்கைவிட அதிகமாக எடுத்துக் கொள்வது, பிற இனங்கள், பிற மனிதர்கள் மற்றும் எதிர்காலத்திலிருந்து திருடப்படும்.

உலகம் முழுவதும் இளைஞர்கள் தங்கள் எதிர்காலத்தை திருடுவ தற்கு எதிராக வேலை நிறுத்தம் செய்கிறார்கள்.

பேராசையால் பூமி அதல பாதாளத்திற்கு கொண்டு வரப்படுகிறது. மாபெரும் நிறுவனங்கள் இயற்கையையும், மக்களையும் விலை யாகக் கொண்டு அதிக லாபம் ஈட்டுகின்றன. சாதாரண குடிமக்கள் நுகர்வோர் என கண்மூடித்தனமாக பங்கேற்கின்றனர்.

■

10. சூறைபோகும் கனிமவளம்

சட்டவிரோத சுரங்கங்களால் கடுமையான சுற்றுச்சூழல் மாற்றங்கள் ஏற்பட்டுள்ளன. பெல்லாரி பகுதியில் சோம்பல் கரடி போன்ற சில வகையான விலங்குகள் மறைந்து விட்டன.

இப்பகுதியில் இருந்து மருத்துவ தாவரங்கள் வளரவில்லை. பெல்லாரி மாவட்டத்தில் மழையின் ஒட்டுமொத்த அமைப்பு மாறி விட்டது.

சுரங்க பகுதியைச் சுற்றியுள்ள பகுதியாவும் பசுமை மறைந்து காணப்படுவதாகவும், விவசாய நடவடிக்கை ஏதுமின்றி இருப்ப தாகவும் தெரிவிக்கப்பட்டுள்ளது.

2011ம் ஆண்டுக்கான இந்திய சுரங்கப் பணியகத்தின் ஆண்டுப் புத்தகத்தில் 49.97 லட்சம் டன் மணல் அகழ்வு செய்யப்பட்டிருப்பது மிகவும் குறைத்து மதிப்பிடப்பட்டதாகும் என்று சுற்றுச்சூழல் அமைச்சக அதிகாரிகள் தெரிவிக்கின்றனர்.

சுரங்க விண்ணப்பதாரர்கள் தடைசெய்யப்பட்ட வனப்பகுதியை வருவாய்ப் பகுதி என்று பொய்யாகக் கூறுகின்றனர்.

சுரங்கத்தின் உண்மையான பகுதி உரிமை கோரப்பட்ட பகுதியை விட மிகப் பெரியது. சுரங்கத்தின் வகையைக் கட்டுப்படுத்தும் இந்திய சுரங்கப் பணியகம், சுற்றுச்சூழல் சீரழிவைத் தடுக்க அதிகபட்ச சுரங்க ஆழம் ஆறு மீட்டர் அனுமதிக்கும்.

ஆனால் சுரங்கத் தொழிலாளர்கள் இந்த விதியை மீறி இரும்புத் தாதுவை அதிகமாக பிரித்து எடுத்துள்ளனர். உதாரணமாக 100 மெட்ரிக் டன்களை எடுக்க அனுமதித்தால் சுரங்கங்கள் 1000 மெட்ரிக் டன் எடுக்கின்றன.

பெல்லாரி சுரங்களிலிருந்து துறைமுகங்களுக்கு இரும்புத்தாதுவை ஏற்றிச் செல்லும் லாரிகள் மற்றும் டிரக்குகளை பெருமளவில் குறைவான எண்ணிக்கையில் சாலை சோதனைச் சாவடியில் உள்ள அதிகாரிகள் ஒத்துழைப்பதாகக் கூறப்படுகிறது.

நாளொன்றுக்கு 4000 டிரக்குகள் பயணிக்கும் நிலையில் 200 டிரக்குகள் மட்டுமே வருவதாக செய்தி அறிக்கைகள் தெரிவிக்கின்றன.

தாதுவின் சந்தை விலை மற்றும் அரசால் குறிப்பிடப்பட்ட ராயல்டி மற்றும் பிரித்தெடுக்கப்படும் தாதுவின் அளவு தவறான அளவீட்டு வழிமுறைகள் ஆகியவற்றில் மிகப்பெரிய வித்தியாசம் உள்ளது.

கருவூலத்திற்கு ஒரு ரூபாய் ராயல்டி செலுத்தாமல் சட்ட விரோதமாக 3.5 மில்லியன் டன் தாது ஏற்றுமதி செய்யப்பட்டது கண்டுபிடிக்கப்பட்டது. இதன் விளைவாக சுமார் 160.85 பில்லியன் இழப்பு ஏற்பட்டது.

பெலகேரி துறைமுகத்தில் 3 கோடியே ஐந்து லட்சம் டன் இரும்பு தாதுவை சட்டவிரோதமாக ஏற்றுமதி செய்ததாக கர்நாடக முதல்வர் எடியூரப்பா ஒப்புக் கொண்டார்.

இந்தியாவில் பல மாநிலங்களிலும் இது போன்ற சட்டவிரோத சுரங்க கொள்கைகளும், கனிமவளக் கொள்கைகளும், மணல் கொள்கைகளும் நீக்கமற நடைபெற்று வருகிறது.

ஆரவல்லி மலைத் தொடரில் சுரங்க நடவடிக்கைகள் நடப்பதாக புகார் எழுந்துள்ளது.

இரும்பு தாது, மாங்கனீசு, குரோமைட்டுகள், சுண்ணாம்புக்கல் உள்ளிட்ட பல்வேறு கனிமங்களுக்கான 128 சுரங்க குத்தகைகளை ஒடிசா மாநில அரசு நிறுத்தி வைத்துள்ளது. அதே நேரத்தில் சட்ட விரோத சுரங்கத்தைத் தடுக்க கனிமங்களை வர்த்தகம் செய்வதற்கும் சேமிப்பதற்கும் வழங்கப்பட்ட 482 உரிமங்கள் ரத்து செய்யப் பட்டுள்ளன.

ஒடிசாவில் உள்ள 192 இரும்புத்தாது சுரங்க குத்தகைகளில் 94க்கு கட்டாய சுற்றுச்சூழல் அனுமதிகள் இல்லை. அவற்றைக் கொண்ட 96 பேரில் 75 பேர் கடந்த பல ஆண்டுகளாக அனுமதிக்கப்பட்ட அளவைத் தாண்டி சுரங்கம் வெட்டியுள்ளனர் என்று நீதிபதி எம்.பி. ஷா கமிஷன் அறிக்கை கூறுகிறது.

சட்டவிரோத மணல் அகழ்வு மத்திய பிரதேசத்தில் அரசாங்கத் திற்கும் எதிர்கட்சிக்கும் இடையே ஒரு சர்ச்சைக்குரிய பிரச்சனை யாக இருந்து வருகிறது.

கோவாவில் சுரங்கம் பற்றிய ஷா கமிஷன் அறிக்கை மாநில மற்றும் மத்திய சுற்றுச்சூழல் மற்றும் வன அமைச்சகம் சட்ட விரோத சுரங்கத்தை அனுமதிப்பதாக குற்றம் சாட்டியுள்ளது.

மாநிலத்தில் பிராந்தியத்தின் சுற்றுச்சூழல் மற்றும் சூழலியலை ஆபத்தில் ஆழ்த்துகிறது.

நாடு முழுவதும் உள்ள சட்டவிரோத சுரங்கம் குறித்து விசாரணை நடத்த நீதிபதி எம்.பி. ஷா தலைமையிலான ஆணையம் 2010ல் மத்திய அரசால் அமைக்கப்பட்டது.

இந்தியாவில் இருந்து ஏற்றுமதி செய்யப்படும் இரும்பு தாதுவில் 55 சதவீதம் கோவாவில் இருந்து வருகிறது. உரிமம் இல்லாமல் சுரங்கம் தோண்டுவது, குத்தகைக்கு வெளியே சுரங்கம் தோண்டுவது மற்றும் சட்ட விரோதமாக கனிமவளங்களை கொண்டு செல்வது ஆகிய வற்றை அறிக்கை தாக்கல் செய்ய உத்தரவிடப்பட்டது.

35000 கோடி சட்டவிரோத சுரங்க ஊழல் என்று எம்.பி. ஷா கமிஷன் அறிக்கை கூறியது. இதில் அரசியல்வாதிகள், அதிகாரிகள், மற்றும் சுரங்க நிறுவனங்கள் மீது குற்றம் சாட்டப்பட்டது.

அக்டோபர் 2013 முதல் மத்திய சுற்றச்சூழல் மற்றும் வன அமைச்சகம் கோவாவில் உள்ள தேசிய பூங்காக்கள் மற்றும் வன விலங்கு சரணாலயங்களின் எல்லையில் இருந்து ஒரு கிலோ மீட்டருக்குள் சுரங்கம் தோண்டுவதை தடை செய்கிறது.

∎

11. பசுமையான கிராமங்களை நோக்கி...

இந்தியச் சுற்றுச்சூழல் போராளியும் அரசியல் ஆர்வலருமான சுனிதா நரேன் அறிவியல் மற்றும் சுற்றுச்சூழலுக்கான மையத்திற்கான இந்தியாவைத் தளமாகக் கொண்ட ஆராய்ச்சி நிறுவனத்தின் இயக்குனர் ஜெனரலாக இருந்தார்.

மேலும் சுற்றுச்சூழல் தொடர்புகளுக்கான சங்கத்தின் இயக்குநராகவும், 'டவுன் டு எர்த்' எனும் இதழாசிரியராகவும் இவர் உள்ளார்.

புதுதில்லியை பிறப்பிடமாகக் கொண்ட சுனிதா நரேன் தனது பட்டப்படிப்பை டெல்லி பல்கலைக் கழகத்தில் கடிதப் போக்கு வரத்து மூலம் முடித்தார். உலகெங்கிலுமுள்ள பல்கலைக் கழகங்களில் இருந்து பல கௌரவ டாக்டர் பட்டம் பெற்றுள்ளார்.

2016ல் உலகின் சக்தி வாய்ந்த 100 நபர்களின் பட்டியலில் ஒருவராக சுனிதா நரேன் டைம் இதழில் தெரிவிக்கப்பட்டார்.

சுனிதா நரேன் 1982 ஆம் ஆண்டு அறிவியல் மற்றும் சுற்றுச்சூழலுக்கான மையத்துடன் இணைந்து பணியாற்றத் தொடங்கினார். 1985ல் அவர் இந்திய அரசின் சுற்றுச்சூழல் அறிக்கையை சமர்ப்பித்தார்.

பின்னர் வனமேலாண்மை தொடர்பான சிக்கல்களை ஆய்வு செய்தார். இந்தத் திட்டத்திற்காக அவர் இயற்கை வளங்களை மக்களின் நிர்வாகத்தைப் புரிந்து கொள்ள நாடு முழுவதும் பயணம் செய்தார்.

பல ஆண்டுகளாக சுனிதா நரேன் இந்த மையத்திற்காக தேவையான மேலாண்மை மற்றும் நிதி அமைப்புகளையும் உருவாக்கியுள்ளார். இது 100க்கும் மேற்பட்ட பணியாளர்கள் பணியாற்றும் திட்டத்தைக் கொண்டுள்ளது.

1990களின் முற்பகுதியில் அவர் உலகளாவிய சுற்றுச்சூழல் பிரச்சனைகளில் ஈடுபட்டார். மேலும் அவர் ஆராய்ச்சியாளராகவும், வழக்கறிஞராகவும் தொடர்ந்து பணியாற்றி வருகிறார்.

உலகளாவிய ஜனநாயகம், காலநிலை மாற்றம், காடுகள் தொடர்பான வள மேலாண்மை மற்றும் நீர் தொடர்பான பிரச்சனைகள் ஆகிய அனைத்திலும் பங்காற்றி பணி புரிந்து வந்துள்ளார் சுனிதா நரேன்.

சிவில் சமூகத்தில் தேசிய அளவிலும், சர்வதேச அளவிலும் ஒரு தீவிர பங்கேற்பாளராக சுனிதா நரேன் இருந்து வருகிறார்.

சுனிதா நரேன் தலைமையின் கீழ் அறிவியல் மற்றும் சுற்றுச்சூழலுக்கான மையம், அமெரிக்க பிராண்டுகளான கோக் மற்றும் பெப்சி போன்ற குளிர்பானங்களில் அதிக அளவு பூச்சிக்கொல்லி மருந்துகளை கலப்பதை அகில உலகத்துக்கும் அம்பலப்படுத்தியது.

இவர் உலகம் முழுவதும் உள்ள பல மன்றங்களில் தனது அக்கறை மற்றும் நிபுணத்துவம் பற்றிய பிரச்சனைகள் குறித்து பிரச்சாரம் செய்து வருகிறார்.

சுனிதா நரேன் 1989 ஆம் ஆண்டில் பசுமை கிராமங்களை நோக்கி என்ற வெளியீட்டை எழுதினார்.

சுற்றுச்சூழல் மேலாண்மை சட்ட மரபுகள் அல்லது மனித உரிமைகள் மீது கட்டமைக்கப்பட வேண்டுமா என்பது குறித்து 1992 ல் இவர் எழுதி வெளியிட்டார்.

*2001*ஆம் ஆண்டு தண்ணீரை அனைவரின் வணிக மயமாக்குதல் மற்றும் நீர் சேகரிப்பு நடைமுறை கொள்கை குறித்து எழுதினார்.

- *2004*ல் சிறந்த பெண் ஊடகவியலாளர்களுக்கான சமேலிதேவி ஜெய்யின் விருதைப் பெற்றார்.
- *2005* ஆம் ஆண்டு இந்திய அரசு இவருக்கு பத்மஸ்ரீ விருது அளித்தது.
- *2005*ஆம் ஆண்டு இவரது தலைமையில் அறிவியல் மற்றும் சுற்றுச்சூழலுக்கான மையம் ஸ்டாக் ஹோம் நீர் பரிசு வழங்கப் பட்டது.
- *2009*ல் கல்கத்தா பல்கலைக்கழகம் அறிவியல் கௌரவ டாக்டர் பட்டம் வழங்கியது.
- *2009*ஆம் ஆண்டு ஸ்ரீராஜா லட்சுமி அறக்கட்டளை சென்னை ராஜா - லட்சுமி விருதினை அளித்து கௌரவித்தது.
- *2016*ல் சுனிதா நரேனுக்கு ஞூபுனிளீயூ காலநிலை மாற்றத் தொடர்பு ஆராய்ச்சிக்கான அதிரடி விருதைப் பெற்றது.

அறிவில் மற்றும் சுற்றுச்சூழல் மைய இயக்குநர் சுனிதா நரேன் *2013*ல் அகில இந்திய மருத்துவ அறிவியல் கழகம் அருகே சைக்கிள் ஓட்டிச் சென்றபோது சாலை விபத்தில் காயமடைந்தார்.

ளீறீசி ல் உள்ள திருமதி நரேனின் சக ஊழியலான அனுமிதா ராய் சௌத்ரியின் கூற்றுப்படி அதிகாலையில் தனது வீட்டில் லோதி கார்டனுக்கு சென்று கொண்டிருந்தபோது அவரது சைக்கிள் மீது வேகமாக கார் மோதியது.

எய்ம்ஸ் மேம்பாலம் அருகே அவர் சைக்கிளில் சென்றபோது வேகமாக வந்த கார் ஒன்று பின்னால் மோதியது. தாக்கத்தால் சுனிதா நரேன் கீழே விழுந்து அவரது முகம் தரையில் மோதியது. அவரது மூக்கில் இருந்து ரத்தம் வழிய ஆரம்பித்தது. கார் டிரைவர் நிறுத்தவில்லை என்றார் திருமதி ராய் சௌத்ரி.

இருப்பினும் விபத்து நடந்த சில நிமிடங்களுக்குப் பிறகு அந்த வழியாகச் சென்ற மற்றொரு காரில் இருந்தவர்கள் காயமடைந்த

திருமதி நரேனைக் கண்டு அவரை எய்ம்ஸ் ஆராய்ச்சி மையத்தில் சேர்த்தனர். அங்கு அவருக்கு ஆபத்து இல்லை என்று கூறப்பட்டது.

டவுன் டு எர்த் இதழின் வெளியீட்டாளரான சுனிதா நரேன் அவரது விலா எலும்பில் முறிவுகள் மற்றும் முகத்தில் காயங்கள் ஏற்பட்டதாக திருமதி ராய் சௌத்ரி கூறினார்.

ஹவுஸ்காஸ் காவல் நிலையத்தில் வழக்கு பதிவு செய்துள்ள போலீசார், விபத்து நடந்தபோது அருகில் யாரும் இல்லாததால் தவறிழைத்த வாகனத்தின் எண்ணைக் குறிப்பிட முடியாமல் இருந்ததாகத் தெரிகிறது.

சுனிதா நரேனின் அனுபவம் பல சவால்களுடன் தெற்காசியக் கண்ணோட்டத்தை உள்ளடக்கியது.

சுற்றுச்சூழல் ஆர்வலர் சுனிதா நரேன் காலநிலை நடவடிக்கைக்கான சர்வதேச ஆலோசனைக் குழுவிற்கு ஸ்வீடனின் சர்வதேச வளர்ச்சி ஒத்துழைப்புக்கான அமைச்சர் ஓல்சன் ஃபிரித் மூலம் நியமிக்கப் பட்டுள்ளார்.

சர்வதேச குழுவானது, 'ஆழமான அர்ப்பணிப்பு மற்றும் துறையில் அறிவை வழங்கும் நிபுணர்களைக் கொண்டுள்ளது' என்ற அறிவிப்புக்குப் பிறகு வெளியிடப்பட்டுள்ள அறிக்கையில் தெரிவிக்கப்பட்டுள்ளது.

"சுற்றுச்சூழல், காலநிலை மற்றும் பல்லுயிர் பெருக்கத்திற்கான அமைச்சரின் சர்வதேச ஆலோசனைக் குழுவில் அறிவியல் மற்றும் சுற்றுச்சூழல் மையத்தைச் சேர்ந்த சுனிதா நரேன் நியமிக்கப் பட்டதில் நான் மகிழ்ச்சியடைகிறேன்.

சுனிதாவின் பரந்த மற்றும் மிகவும் பொருத்தமான அனுபவம் அதன் பல சவால்களுடன் தெற்காசியக் கண்ணோட்டத்தையும் உள்ளடக் கியது" என்று ஸ்வீடன் தூதர் கிளாஸ்மோலின் கூறினார்.

காலநிலை மாற்றத்தை நிவர்த்தி செய்வதற்கும் பல்லுயிரியலைப் பாதுகாப்பதற்கும் ஸ்வீடன் அரசாங்கத்தின் முயற்சிகளை மேலும் வலுப்படுத்த குழு நோக்கமாகக் கொண்டுள்ளது.

இந்தப் பிரச்சனைகளில் வலுவான உலகளாவிய நடவடிக்கை நிலையான மற்றும் சமமான வளர்ச்சிக்கு அவசியம். மேலும் மோதல்கள் மற்றும் புதிய தொற்றுநோய்களைத் தடுக்க என்று அறிக்கை கூறியது.

'பருவநிலை மாற்றத்தால் ஏழைகள் மற்றும் விவசாயிகளே அதிகம் பாதிக்கப்படுகின்றனர்' என்கிறார் சுனிதா நரேன்.

அவர் மேலும் கூறுகையில், "வளி மண்டலத்தில் உள்ள கிரீன் ஹவுஸ் வாயுக்களுக்கு அவர்கள் பொறுப்பல்ல. ஆனால் நமது அதிகப்படி யானவற்றால் அவர்கள் பாதிக்கப்படுகின்றனர்.

உலகெங்கிலுமுள்ள இளைஞர்கள் பருவநிலை மாற்றத்தை தீவிரமாக எடுத்துக் கொள்ளுமாறு வலியுறுத்துகின்றனர். அந்தக் குரல்களுக்கு நாம் செவி சாய்க்க வேண்டும். துரதிருஷ்டவசமாக நமது ஆட்சி முறைகள் இன்னும் பழைய முறையிலேயே உள்ளன. மாற்றத் தயாராக இல்லை" என்கிறார்.

காலநிலை மாற்றம் மற்றும் காற்று மாசுபாடு ஆகியவை பெரும் சமநிலையை ஏற்படுத்துகின்றன. இது பணக்காரர்களையும், ஏழை களையும் சமமாக பாதிக்கிறது. இன்று ஏழைகள் பாதிக்கப்பட்டால் நாளை பணக்காரர்களும் பாதிக்கப்படுவார்கள்.

∎